डेबोरा एलीस यांच्या 'द ब्रेडविनर', 'परवानाज् जर्नी'
आणि 'मड सिटी' या तीन सलग पुस्तकांच्या मालिकेतील
'मड सिटी' चा अनुवाद

शाझिया

लेखक
डेबोरा एलीस

अनुवाद
अपर्णा वेलणकर

मेहता पब्लिशिंग हाऊस

Email : production@mehtapublishinghouse.com

Website : www.mehtapublishinghouse.com

MUD CITY

Copyright © 2003 by Deborah Ellis

First Published in Canada by Groundwood Books Ltd.
Language : Marathi
Translated into Marathi Language by Aparna Velankar

शौझिया / अनुवादित कादंबरी

अनुवाद : अपर्णा वेलणकर

Email : author@mehtapublishinghouse.com

मराठी अनुवादाचे व प्रकाशनाचे हक्क मेहता पब्लिशिंग हाऊस, पुणे.

प्रकाशक : सुनील अनिल मेहता, मेहता पब्लिशिंग हाऊस,
१९४१ सदाशिव पेठ, माडीवाले कॉलनी, पुणे - ४११ ०३०.

मुखपृष्ठ : चंद्रमोहन कुलकर्णी

प्रकाशनकाल : डिसेंबर, २००६ / पुनर्मुद्रण : फेब्रुवारी, २०१०

P Book ISBN 9788177667585

आपल्या माणसांपासून तुटलेल्या,
हरवलेल्या,
वणवण भटकणाऱ्या
एकट्या मुलांना...

अभिप्राय

अफगाण युद्धात हरवलेलं लहानपण

दैनिक प्रभात, १-४-२००७

छळछावण्यातल्या जिवंत कहाण्या

महाराष्ट्र टाइम्स, २१-२-२००७

अफगाण युद्धाने कुस्करलेल्या कळ्यांची कहाणी

अनुभव मासिक, मार्च, २००७

म्हणे युद्धस्य कथा रम्या: !

दैनिक लोकसत्ता, २२-४-२००७

संघर्ष शौझियाचा

सकाळ, २५ फेब्रुवारी, २०११

मनोगत

हिंदूकुश पर्वतरांगांच्या कुशीत वसलेला, विस्तीर्ण वाळवंटांचा आणि खळाळत्या नद्यांचा अफगाणिस्तान हा मध्य आशियातला चिमुकला देश. एकेकाळी या देशातली सुपीक जमीन फळांनी लगडलेल्या वृक्षांनी, गव्हाच्या शेतांनी आणि भाजीपाल्याच्या लागवडीने समृद्ध, संपन्न होती. या देशावर आक्रमण करणाऱ्या घुसखोरांच्या टोळ्यांनी अफगाणिस्तानातली सारी समृद्धी निर्दयपणे पायाखाली तुडवल्याचा दुर्दैवी इतिहास या देशाला आहे.

सोव्हिएत रशियाच्या पाठिंब्यावर उभ्या असलेल्या सरकारच्या विरोधात अमेरिकेच्या हस्तक टोळ्यांनी उठाव केला तो १९७८ साली. तेव्हापासून अफगाणिस्तान युद्धाच्या आगीत अखंड जळतो आहे. १९८० साली सोव्हिएत रशियाच्या फौजांनी थेट आक्रमण केल्यावर ठिणगी पडली. आणि आधुनिक, विध्वंसक आयुधांनी लढल्या जाणाऱ्या युद्धाचा आगडोंब उसळला. एकमेकांच्या विरोधात लढणाऱ्या शत्रुसेनांच्या झगड्यात मारली जात होती ती अफगाणी माणसंच आणि कुणीही विरोधात टाकलेला कुणाचाही बॉम्ब अखेर अफगाणी माणसांच्याच घरावर पडत होता.

१९८९ साली सोव्हिएत रशियाच्या सैन्याने माघार घेतली आणि सत्तेवर कब्जा करण्यासाठी स्थानिक टोळ्यांमध्ये पाशवी रणकंदन सुरू झालं.

या गदारोळात 'तालिबान' उभे राहिले आणि निर्घृण अत्याचारांच्या दहशतीने त्यांनी आपली हुकूमत निर्माण केली. सोव्हिएत रशियाबरोबरच्या युद्धात मारल्या गेलेल्या अफगाणी स्त्री-पुरुषांची अनाथ, निराधार म्हणून वाढलेली मुलं हा तालिबानचा मोठा फौजफाटा होता. कडव्या संतापानं पेटलेलं हे तालिबानी तारुण्य मारण्यासाठी मरायलाही तयार होतं. अमेरिकेच्या छुप्या मदतीने पाकिस्तानात चालणाऱ्या लष्करी छावण्यांमध्ये या तालिबानांना 'तयार' करण्यात आलं. त्यांनी अफगाणिस्तानचा ताबा घ्यावा आणि पुढे अमेरिकेच्या इशाऱ्यावर नाचावं, हा त्यामागचा मुख्य हेतू होता. १९९६ च्या सप्टेंबरमध्ये तालिबान्यांनी राजधानी काबूलवर कब्जा केला.

मध्ययुगीन जुनाट विचारांच्या तालिबान्यांनी व्यक्तिस्वातंत्र्य गुंडाळून ठेवणारी

एककल्ली, दडपशाहीची राजवट देशावर लादली. पार जखडून टाकणारे कडक कायदे अमलात आणले आणि बायका-मुलींची मुस्कटदाबी करून त्यांना चार भिंतीत कोंडलं. मुलींना शिकण्याची बंदी झाली, स्त्रियांना नोकऱ्यांवरून हाकललं गेलं, सक्तीचा 'ड्रेसकोड' लादला गेला एवढंच नव्हे तर पुरुष बरोबर नसताना स्त्रियांनी रस्त्यावरून फिरायलाही मनाई करण्यात आली. आधुनिक जगातल्या स्वतंत्र विचारांचा स्पर्श नको म्हणून तालिबान्यांनी पुस्तकांच्या होळ्या केल्या, टेलिव्हिजनचे संच फोडले. संगीतावर बंदी घातली आणि वृत्तपत्र स्वातंत्र्याचा तर गळाच घोटला.

विरोधकांशी विचारांनी लढण्याऐवजी तालिबान्यांनी त्यांच्या सरळ कत्तली केल्या, हजारो माणसांना तुरुंगात डांबलं. तालिबान्यांना विरोध करू पाहणारी कित्येक माणसं तर अदृश्यच झाली. त्यांचं नक्की काय झालं, हे त्यांच्या कुटुंबीयांनासुद्धा कधी कळलं नाही.

कित्येक वर्षांच्या युद्धाने मोडकळीला आलेल्या, उद्ध्वस्त झालेल्या अफगाणिस्तानात तालिबान्यांचा हैदोस सुरू झाल्यावर स्वाभिमानी अफगाण माणसांवर देशातून पळ काढण्याची नामुष्की ओढवली. हजारो-लाखो माणसांच्या झुंडी जीव घेऊन देशाबाहेर पडल्या. त्यांच्या कपाळावर 'निर्वासित' असे शिक्के बसले.

– आजही अफगाणिस्तानच्या सीमेवर पसरलेल्या पाकिस्तान, रशिया आणि इराणमधल्या निर्वासितांच्या शिबिरांमध्ये, या देशांमधल्या गलिच्छ झोपडपट्ट्यांमध्ये लाखो अफगाणी माणसं किडेमुंग्यांसारखी जिवंत आहेत. त्यातल्या अनेकांचं अख्खं आयुष्य या शिबिरांमध्ये कोंडून जगण्यातच संपलं. कित्येकांच्या हत्या झाल्या, कित्येकांचे हातपाय तोडले गेले. कित्येकांचे डोळे फोडले गेले...

आर्थिक दुरवस्थेने पोखरलेल्या पाकिस्तानच्या अर्थव्यवस्थेमध्ये अफगाण निर्वासितांचा भार पेलण्याची ताकद कशी असणार? त्यामुळे अफगाण निर्वासितांवर भीक मागून जिवंत राहण्याची वेळ आली. काहींना काम मिळालं; पण तेही किरकोळ मोबदल्यात!

– आता अफगाणिस्तानातून तालिबानी राजवटीचं उच्चाटन झालं आहे. लोकनियुक्त सरकार सत्तेवर आलं आहे. रानोमाळ विखुरलेले निर्वासित नव्या आशेने आपल्या मातृभूमीकडे परतू लागले आहेत.

... पण देशाची स्थिती भयानक आहे.

कित्येक वर्षं युद्धात होरपळलेला, लुबाडला– लुटला आणि चिरडला गेलेला अफगाणिस्तान पुन्हा उभा करणं हे आव्हान सोपं नाही. देशातले सारे रस्ते, पूल, धरणं, विद्युत योजना बॉम्बवर्षावात नष्ट झाल्या आहेत. प्यायला स्वच्छ, शुद्ध पाणी नाही. शेतात पेरून ठेवलेल्या भूसुरुंगामुळे नव्या पिकांची लागवड करायला कुणी

धजत नाही. साथीच्या रोगांचा फैलाव आहे. उपासमारीने माणसं मरतात.

... या भयाण उद्ध्वस्ततेत एक आशेचं रोपटं मान उंचावून उभं राहिलं आहे –
अफगाणिस्तानातल्या शाळा !

नव्या उमेदीने जगायला सुरुवात करणाऱ्या अफगाण मुलांनी – आणि मुलींनीसुद्धा
शाळा गजबजून गेल्या आहेत.

आता अफगाणिस्तानातल्या प्रत्येक मुलाला आणि प्रत्येक मुलीला शिकायची
संधी मिळेल!

– पण केव्हा?

अफगाण आई-वडिलांना आपल्या मुलांना शाळेत पाठवणं परवडलं तर...

आसपास एखादी शाळा असेल तर...

शाळेत एखादा शिक्षक असेल तर...

पुस्तकं असतील तर...

फळ्यावर चार अक्षरं लिहिण्यापुरता एखादा खडूचा तुकडा त्या शिक्षकाजवळ
असेल तर!

अफगाणिस्तानातली काबूलसह महत्त्वाची शहरं वगळता कडेकपारीच्या डोंगराळ
भागातल्या वस्त्यांमध्ये अजूनही युद्धाची खुमखुमी असलेल्या टोळ्यांची हुकुमत
चालते. त्या भागातली एकूण नागरी अवस्था अजूनही फार बिकट आहे.

विध्वंसाच्या राखेतून उभे राहण्यासाठी धडपडणाऱ्या या दुर्दैवी देशाला जगभरातल्या
मदतीची गरज आहे. शाळा चालवण्यासाठी, ग्रंथालयं पुन्हा उभी करण्यासाठी,
रस्ते-दवाखाने बांधण्यासाठी... सर्वांना दोन वेळचं अन्न मिळावं यासाठीसुद्धा!

या कामात आपल्या परीने हातभार लावण्याची तुमची इच्छा असेल तर
www.w4wafghan.ca या संकेतस्थळावर अधिक माहिती मिळू शकेल.

या पुस्तकाची विक्री आणि अन्य भाषांतील अनुवादाच्या हक्कातून मिळणारी
सर्व रक्कम रस्त्यावर राहणाऱ्या जगभरातल्या निराधार मुलांना मदत करणाऱ्या
स्ट्रीट किड्स इंटरनॅशनल (www.streetkids.org) या स्वयंसेवी संस्थेला दिली
जाईल.

– डेबोरा एलीस

एक

“वीरा मौसी कधी येणार? कित्ती वेळ झाला तिची वाट बघतेय मी; अजून कशी नाही आली?”

– शौझियाने इतक्यांदा हा प्रश्न विचारला होता, की तिच्या टकळीला वैतागलेल्या वीरा मौसीच्या सहाय्यकांनी नजर उचलून तिच्याकडे बघितलंसुद्धा नाही. त्यांच्यातल्या एका कार्यकर्तीने तर शौझियाला चक्क बाहेरचा रस्ता दाखवला.

“जाते मी...जातेय”– शौझिया वैतागून उठली, “पण फार नाही लांब जाणार हं. इथेच दाराशी बसतेय मी... वीरा मौसीची वाट पाहात.”

निर्वासितांच्या शिबिरात उभारलेल्या त्या छोट्या तंबूतल्या टेबलावर कामाचे ढीग पडले होते. त्यात गुंतलेल्या बायकांना श्वास घेण्याइतपतसुद्धा फुरसद नव्हती. विधवा आणि त्यांच्या मुलांसाठी उघडलेल्या नव्या छावणीचं काम, शिवाय सीमेपलीकडे पाकिस्तानातून अफगाण स्त्रियांसाठी गुप्तपणे काम करणाऱ्या संघटनेची धामधूम... सगळं काम त्या टीचभर तंबूतल्या धुळीने माखलेल्या टेबलावरून चाले. अफगाणिस्तानच्या त्या भागात अजूनही तालिबान्यांची सत्ता होती. त्या पाशवी, अमानुष सत्तेशी मुकाबला करणारी वीरा मौसीची छुपी संघटना लपूनछपून मुलांसाठी शाळा चालवी. शिवाय दवाखाने आणि परस्परांमध्ये संपर्काचं साधन हवं म्हणून चक्क एक मासिकसुद्धा!

वीरा मौसीची वाट पाहून पाहून शौझिया कंटाळली होती. तिला वाटत होतं, टेबलावर झेप घ्यावी आणि सगळ्यांचा हातातले कागद हिसकावून भिरकावून

द्यावेत. म्हणजे निदान लक्ष तरी जाईल आपल्याकडे!

पण ती मुकाट्याने उठली.

गुपचूप बाहेर निघून गेली.

उभं राहून राहून पायाला कळ लागल्यावर दगड–मातीच्या तात्पुरत्या भिंतीला दुखरी पाठ टेकून दरवाजातच बसून राहिली.

तिचा लाडका कुत्रा जास्पर एका कोपऱ्यात थोडी सावली शोधून धापा टाकत मलूलसा बसला होता. थकव्याने मान जमिनीवर टेकलेली आणि डोळे किलकिले. शौझियाची चाहूल लागताच कान टवकारून त्याने हलकेच मान उचलली. पुन्हा तसाच निपचित पडून राहिला. उन्हाच्या काहिलीत पार हेलपाटून गेलेल्या जास्परच्या अंगात शेपटी हलवण्याइतकंसुद्धा त्राण नव्हतं उरलं.

पाहावं तिकडे फाटक्या कापडाचे तंबू, राहुट्या आणि माती लिंपून बांधलेल्या छोट्या झोपड्या. उन्हाने माती तापली की धगधगती भट्टीच! शौझियाला तर भाजून-शिजून निघाल्यासारखंच वाटत होतं. ती तशीच सुन्न बसून राहिली. तिच्या हाता-पायांवर, तोंडाभोवती माश्यांचे थवे घोंघावत होते आणि शेजारच्याच झोपडीतून येणारी एका बाईच्या कण्हण्याची खोल घरघर.

"त्या हिरव्यागार कुरणातून फिरताना आपण किती मजेत होतो ना, जास्पर," शौझिया म्हणाली,

"स्वच्छ, सुंदर हवा... गार गार वारा, आठवतं तुला? आजूबाजूच्या झाडांवर पक्षी गायचे तेव्हा किती मजा यायची नं, जास्पर! त्या दिवसांत कधीच कुणाच्या रडण्याचा आवाजसुद्धा नाही ऐकला आपण!"

डोक्याभोवती गुंडाळलेल्या जुनाट, फाटक्या बुरख्याखाली हात घालून घामट मानेवर चिकटलेले ओले केस शौझियाने सावरले.

"चुकलंच आपलं, जास्पर. आपण त्या मेंढपाळांबरोबर तिकडे– त्या हिरव्या कुरणांमध्येच राहायला हवं होतं."– उकाड्याने शौझियाचा जीव पार उबून गेला होता. कधीची घोंघावणारी माशी हाकलत शौझियाने पुन्हा आपला बुरखा खांद्याभोवती, मानेभोवती गुंडाळला तशी तिची चिडचिड वाढलीच.

"केस उगीच वाढवले मी. मुलांसारखे छोटेच ठेवायला हवे होते; पण वीरा मौसी ऐकेल तर ना? जात–येता मला नुस्ती हुकूम सोडत असते. काय तिच्या डोक्यात येईल नं; काही सांगता येत नाही. एक चांगला चपलांचा जोड मागितला मी, तर केवढी रागावली! बघ...बघ काय अवस्था झालीय माझ्या बुटांची."

– आपले उसवलेले जुने बूट पायातून उपसून काढत तिने जास्परसमोर धरले.

तो धापा टाकत डोळे मिटून निपचीत पडला होता.

शौझिया हिरमुसली. मुकाट्याने तेच बूट पुन्हा आपल्या पायात चढवत

कळवळून म्हणाली,

"इथल्या उन्हाचा तुला खूप त्रास होतोय नं जास्पर? तुला त्या मेंढपाळांच्या देशातल्या थंड हवेची सवय. आत्ता खरं म्हणजे तू कुरणात चरणाऱ्या मेंढ्यांच्या कळपामागे असायला हवा होतास. किंवा सांगू? एखाद्या मोठ्ठ्या जहाजावर. तू आणि मी. समोर खूप मोठ्ठा निळा निळा समुद्र आणि भरपूर वारा!"

खरंतर समुद्रावर वारा असतो की नाही; हेच मुळात शौझियाला ठाऊक नव्हतं. पण समुद्रात पाणी असतं आणि पाण्यात लाटा; म्हणजे तिथे वारा असणारच असं तिनं स्वत:शीच ठरवून टाकलं.

"मला माफ कर जास्पर. माझ्यामुळे तुला इथे... या भयानक उन्हात यावं लागलं ना? मला वाटलं होतं, इथे थोडे दिवस थांबू आपण आणि मग जाऊ दुसऱ्या एखाद्या छान ठिकाणी. पण मी अडकले आणि माझ्याबरोबर तूही. मला माफ करशील ना जास्पर?"

जास्परने हळूच डोळे उघडले, क्षणभर कान टवकारले... आणि पुन्हा मान टाकून तो मलूल पडून राहिला.

शौझियाला बरं वाटलं.

जास्परनं डोळे उघडले म्हणजे त्यानं नक्की केलं माफ आपल्याला.

जास्पर हा खरंतर मेंढपाळांचा कुत्रा.

पण तो आणि शौझिया एकमेकांना भेटले... आवडले... आणि त्यांची गट्टीच गेली होऊन एकमेकांशी.

खूप वेळ बसून बसून शौझियाच्या पाठीला रग लागली होती. थकवा तर इतका होता, की तिने डोळे मिटून घेतले. नजरेपुढे काळा काळा ढुस्स अंधार. खूप वेळ तिला वाटत राहिलं, तिकडल्या त्या गार वाऱ्याच्या झुळकांची आठवण तरी यावी. त्या आठवणीने तरी निदान शांत वाटेल आपल्याला.

"शौझिया ऽऽ गोष्ट सांग ना. ए ऽऽ सांग ना गं गोष्ट."

रोजच्या सवयीचा गलका उठला, पण ती डोळे मिटून तशीच ढिम्म बसून राहिली.

"ए ऽऽ फुटा इथून. त्रास नका देऊ-" शेवटी वैतागून तिने आसपास जमलेल्या शेंबड्या, मळकट पोरांना हुसकून लावण्याचा प्रयत्न केला.

"सांग ना शौझिया... तुझी ती लांडग्यांची गोष्ट... सांग ना!"

– शौझियाने हळूच एका डोळ्याच्या कोपऱ्यातून पोरांकडे पाहिलं.

"चालते व्हा म्हटलं ना, त्रास नका देऊ मला."

खरंतर या पोरांना थाराच द्यायला नको होता आधीपासून. आता ती पोरं

शौझियाच्या अगदी डोक्यावरच बसली होती.

"ए, तू काय करतेयस?" – कुणीतरी विचारलं.

"बसलेय इथे. दिसत नाही का?"– शौझिया करवादली.

"आम्ही पण बसू तुझ्याबरोबर?"

तिच्या परवानगीची वाट न पाहता; पोरांची फटावळ शौझियाभोवती घोळका करून मातीत फतकल मारून बसलीसुद्धा! निर्वासितांच्या त्या शिबिरात उवा- लिखांचा अक्षरश: सुळसुळाट होता; त्यामुळे अनेकांची डोकी भादरलेली. प्रत्येकाच्या नाकात गळणाऱ्या शेंबडाची पिवळी लोळी... मोठाले बटबटीत डोळे, हातापायांच्या काड्या आणि पोटांचे नगारे. त्या नगाऱ्यांमध्ये सदैव भुकेची आग पडलेली. पोरांना पोटापुरतं खायला मिळण्याची एकूण मारामारच.

"अंगाशी नका येऊ माझ्या"– गळ्यात पडणाऱ्या एका मुलीला दूर ढकलत शौझिया करवादली.

आई-बापांचा पत्ता नसलेल्या या पोरांना वीरा मौसी कुठून कुठून शोधून आणत असते. सगळ्यांच्या हातापायांना जखमा आणि अंगाला घाणेरडा आंबुस वास. शौझियाचं डोकंच फिरलं.

"डुक्कर आहात तुम्ही सगळे. शीऽऽ!! शेळ्या-मेंढ्यासुद्धा स्वच्छ असतात तुमच्यापेक्षा."

"लांडग्यांची गोष्ट सांग ना, शौझिया."– पोरांनी आपला हट्ट लावूनच धरला.

"एकच. एकच सांगीन गोष्ट, चालेल?"

"होऽऽ"

"मग, इथून जाल सगळे?"

"होऽऽ"

या कटकट्या पोरांना हाकलण्याचा एकच मार्ग होता– गोष्ट. ती सांगितल्यावाचून काही गत्यंतरच नव्हतं.

खरंतर शौझियाला शांतपणे एकटंच बसावंसं वाटत होतं. वीरा मौसी आल्यावर तिला काय सांगायचं, तिच्याशी कसं बोलायचं; याची मनातल्या मनात काहीतरी जुळवाजुळव करायला हवी होती. नेहमीसारखं ती काही तरी छोटं काम देऊन आपली बोळवण करू पाहील; तर अजिबात मान्य करायचं नाही; हे शौझियानं मनाशी पक्कं ठरवलं होतं.

"लांडग्यांची गोष्ट हवीय नं तुम्हाला? ऐका–"

शौझियाने एक खोल श्वास घेतला आणि गोष्ट सुरू केली.

"मी मेंढपाळांबरोबर काम करत होते तेव्हाची गोष्ट आहे. अफगाणिस्तानाच्या अगदी एका टोकाला खूप हिरवी हिरवी कुरणं आहेत. तिथे मेंढ्या असतात. मऊ

मऊ गवत असतं आणि गार गार स्वच्छ हवा.''

''हे बघा... मी माझ्या मुठीने करून दाखवू शकतो अफगणिस्तानचा नकाशा.''

''मी पण...''

'' ए, मी पण...''

– सगळ्या पोरांच्या धुळीने भरलेल्या कळकट मुठी पुढे झाल्या. मूठ वळलेली आणि अंगठ्याचं उघडं बोट म्हणजे बदाखशणचा टोकाचा प्रांत.

''मधेमधे बोलू नका. गोष्ट ऐकायचीच की नाही.?''– अफगाणिस्तानचे डझनभर नकाशे दूर ढकलत शौझिया पोरांवर डाफरली.

''मी आणि जास्पर. आम्ही दोघं त्या कुरणांमध्ये फिरत होतो. सगळीकडं नुसतं हिरवंगार. झाडं झुडुपं, गवत... सगळं हिरवं. शिवाय पिस्ते... जर्दाळू आणि ओकची झाडं, पाहावं तिकडं हिरवंच सगळं.

उत्सुक चेहऱ्यांनी घोळका करून बसलेल्या पोरांच्या नजरेत काही हलताना दिसेना.

शौझिया चमकली.

हिरवा रंग!

हिरवा म्हणजे काय हे कळत नसेल का या पोरांना? – कसं सांगावं बरं त्यांना?

क्षणभर थांबून शौझियाने आजूबाजूला पाहिलं. तिला कुठंच काही हिरवं दिसेना. सगळीकडे मातकट पिवळा धुराळा आणि रखरखीत हवेत भणभणणाऱ्या माश्या. या पोरांनी जन्माला आल्यापासून असल्या घाणेरड्या राड्यातच दिवस काढले होते.

''हे पाहा साफियाचा सलवार-कमीझ. हा रंग आहे ना – तो हिरवा. दूर तिकडे डोंगरात याच रंगाचं सुंदर, मऊ गवत असतं. झाडं असतात–'' शौझियाला अचानक हिरवट अंश तरी सापडला.

साफियाच्या मूळच्या हिरव्या सलवार-कमीझवर धुळीची पुटं चढली होती. प्यायलासुद्धा पाणी नसे मिळत; तिथे कपडे धुण्याची चैन कुणाला परवडणार?

– मग पोरांना अचानक एक नवाच खेळ सापडला.

जुनाट, मळक्या कपड्यांवरच्या घाणीखाली कोणते कोणते रंग दिसतात ते शोधायचे आणि ओळखायचे. त्यांनी पुन्हा नव्याने कलकलाट सुरू केला. पण लांडग्याची गोष्ट पुरती केल्याशिवाय शौझियाची सुटका नव्हती. मुलांनी तिला सोडलंच नसतं.

शौझियानं क्षणभर डोळे मिटले.

तिच्या नजरेसमोर झुळझुळ वाऱ्याचं हिरवंगार कुरण तरळलं... तिथलं मऊ,

लुसलुशीत गवत आणि गवताखाली ती इटुकली फुलं. आजूबाजूचा कलकलाट, घाण, घोंगाट,... सगळं विसरून तिचं मन भरारत गेलं.

"रात्र झालेली. सगळीकडे नुस्ता गारेगार अंधार. मेंढ्यांचा कळप राखत मी एकटी जागी होते"– तिनं गोष्ट सुरू केली, "मेंढ्या इतक्या बावळट असतात ना, त्यांना सारखं कुणीतरी राखावं लागतं. रात्रीसुद्धा. मी त्यांच्यावर लक्ष ठेवून होते. बाकीचे मोठे मोठे पुरुष मेंढपाळ पण ते सगळे ढाराढूर झोपलेले. एक छोटीशी शेकोटी पेटवून मी एकटीच जागत बसले होते.

सगळीकडे सुन्न शांतता. कसला आवाज नाही. जवळच झोपलेल्या मेंढपाळांचं घोरणं तेवढं मधूनच ऐकू येत होतं. तेवढ्यात... तेवढ्यात अचानक एक लांडगा जोरात ओरडला."

शौझियाने लांडग्याची आरोळी इतक्या जोरात दिली, की छोटी मुलं घाबरलीच. शेजारच्या झोपडीत भरतकाम-विणकाम करत बसलेल्या बायकासुद्धा दचकल्या.

"मी दचकले." शौझियाने गोष्ट पुढे नेली, "पण तेवढ्यात दुसरा लांडगा ओरडला... मग तिसरा... मग चौथा! कळपच होता तो. माझ्या मेंढ्यांवर झडप घालून त्यांना मटकावण्यासाठी सगळे लांडगे आजूबाजूच्या झुडपात दबा धरून बसले होते.

मी धीर एकवटला. उभी राहिले. रात्रीच्या अंधारात माझ्या दिशेने दबकत दबकत येणारे लांडग्यांचे लाल लाल डोळेच तेवढे चमकत होते. त्यांना भूक लागली होती. माझ्या कळपातल्या मेंढ्यांच्या रक्ता-मांसावर ताव मारायचा होता. पण इतकं सोपं नव्हतं ते. मी होते ना मेंढ्यांचं रक्षण करायला! मी बारीक नजर ठेवली. आधी मला चार लांडगे दिसले. मग पाच. मग सहा –थोड्या वेळानं बघितलं तर तब्बल सात लांडग्यांची झुंड माझ्या दिशेने चाल करून येत होती. सगळे कसे दबा धरून... झेप घेण्याच्या, हल्ला चढवण्याच्या पवित्र्यात.

अचानक मी खाली वाकले आणि पेटत्या शेकोटीतली दोन जळकी लाकडं उचलली. दोन्ही हातात दोन लाकडं उगारून मी उभी राहते न राहते तेवढ्यात लांडग्यांनी झेप घेतलीच. सगळे भुकेने क्रुद्ध झालेले. शिवाय तगडे. ताकदवान. पण मी तरी कुठे कमी होते? रात्री मला त्रास द्यायला येतात म्हणजे काय! मी पण दात ओठ खात हातातल्या पेटत्या लाकडांनिशी लांडग्यावर चाल केली. त्या जाळाचा धाक दाखवून सगळ्या लांडग्यांना मी इतका वेळ झुंजवत ठेवलं, की शेवटी बिचारे थकूनभागून माझ्या पायाशी शरण आले आणि भिजलेल्या मांजरासारखे घाबरून, भेदरून चुपचाप बसून राहिले. थोड्या वेळाने सगळ्या लांडग्यांना चक्क झोपच लागली. सकाळी उठल्यावर त्यांना इतकी लाज वाटत होती, की मागच्या मागे काढता पाय घेऊन सगळे सटकले. मी त्यांची खिल्ली उडवायच्या आत

जंगलात पळून गेले.''

''सलाम आलेकुम, बच्चों!''– अचानक वाऱ्याचा झोत यावा तशी फाटक उघडून वीरा मौसी आत आली, ''शौझिया, दर वेळी तू तुझ्या गोष्टीतल्या लांडग्यांची संख्या वाढवत नेतेस...अं?''– दिसली दिसली म्हणेतो तरातरा चालत वीरा मौसी समोरच्या झोपडीत शिरलीसुद्धा!

– शौझिया पटकन उठून तिच्यामागे धावली.

''वीरा मौसी, आधी माझं ऐक, मला बोलायचंय तुझ्याशी. आत्ताच्या आत्ता.''

''आज मुलींसाठी चालवलेली आपली आणखी एक गुप्त शाळा तालिबान्यांनी हुडकून काढली.'' कागदांनी भरलेली हातातली पिशवी खाली ठेवत वीरा मौसी तिच्या सहकाऱ्यांना दिवसभरातल्या महत्त्वाच्या घडामोडी सांगत होती.

''आपल्याला ताबडतोब काहीतरी करायला...''

''वीरा मौसी!''

– वीरा मौसीने शौझियाकडे लक्षच दिलं नाही.

तेवढ्यात शौझियाच्या शेजारी जास्पर येऊन उभा राहिला. तिला आणखी धीर आला.

''मला पगार हवाय, वीरा मौसी. पैसे हवेत मला.'' शौझिया ओरडलीच.

''पगार? कशाबद्दल? आजूबाजूची पोरं जमवून त्यांना या असल्या गोष्टी सांगण्याबद्दल?''– वीरा मौसी संतापली. ''तुला कळतंय का, किती मूर्खासारखं बोलतेयस तू ते!''

''नाही. गोष्टी सांगण्याबद्दल नाही. पैसे मिळवण्यासाठी काम करावं लागतं, माहितीए मला.'' शौझिया उत्तरली.

वीरा मौसी परत कुठेतरी जायला निघणार हे जाणवताच पुन्हा शौझियाचा धीर सुटला.

''वीरा मौसी ऽऽ'' – ती ओरडली. ''मला पैसे मिळवायचेत.''

''कसले पैसे? अं; कसले पैसे?'' बाहेर निघालेली वीरा मौसी वैतागून थांबली. आत आली.

''ही कसली विचित्र हाव सुटलीय तुला शौझिया? पैसे मिळाले तर कुणाला नाही आवडणार? पण इथे कसे मिळणार पैसे? आणि तू फुकट जेवतेस ना इथे? रात्री झोपताना डोक्यावर छप्पर असतं नं तुझ्या? तेवढंसुद्धा न मिळणारी कित्येक माणसं टाचा घासून उपाशी मरतायत या देशात; आणि तू? खाऊनपिऊन वर पैसे मागतेस? पगार?''

– हे सगळं तेच.

शौझियाने हज्जारदा ऐकलेलं.

पण तिनं मनाशी पक्की खूणगाठच बांधली होती– वाट्टेल ते झालं तरी आज बोलायचंच. वीरा मौसीपुढं अजिबात पड खायची नाही.

"मी इथे आले तेव्हाच तुला सगळं सांगितलं होतं वीरा मौसी. मला पैसे मिळवणं भाग आहे, त्याकरता मी कुठलंही काम करीन हे सांगितलं होतं मी तुला. पण इथे आल्यावर छोट्या, छोट्या किरकोळ कामात तुम्ही सगळ्यांनी मला इतकं अडकवून टाकलंय; की खऱ्या कामाचा साधा विचारसुद्धा करायला वेळ नाही मिळालेला मला."

"खरं काम? म्हणजे?" वीरा मौसीच्या कपाळावर आठ्या चढल्या, "अफगाणिस्तानातून; आपल्या मातृभूमीतून आलेल्या, युद्धाने होरपळलेल्या लोकांची सेवा करायला मिळणं महत्त्वाचं नाही? इथल्या या निर्वासित शिबिरातली सगळी माणसं आपलीच आहेत ना शेवटी? त्यांच्यासाठी काम करण्यात तू अख्खं आयुष्य झोकून दिलंस तर कल्याण होईल तुझ्या आयुष्याचं."

"अख्खं आयुष्य?"– शौझिया त्राग्याने किंचाळली, "अख्खं आयुष्यभर या असल्या घाणेरड्या डबक्यातच राहायचं असतं, तर अफगाणिस्तान सोडून कशाला आले असते मी?"

–संतापाने थरथरणाऱ्या शौझियाच्या तोंडून शब्द फुटेना. ती नुसतीच हात हलवत, खांदे उडवत धुसफुसत राहिली.

एवढीशी झोपडी... त्याच्याभोवती मातीची भिंत... पलीकडे विधवा बायकांचं शिबिर... पलीकडे आणखी एक भिंत. त्यांच्या पलीकडे आणखी एक...

या भिंतींनी बांधलेल्या घाणेरड्या डबक्यातून कशी सुटका होणार? आणि त्या पलीकडचं स्वच्छ, सुंदर जग... कसं, कधी दिसणार?

शौझियाचे संतापलेले डोळे पाण्याने शिगोशिग भरले.

तिच्याकडे रोखून पाहत वीरा मौसीने विचारलं, "तुझ्या डोक्यात परत ते फ्रान्सला जाण्याचं खूळ आलंय... हो ना?"

"ते खूळ नाहीये." शौझियाने धारदार तिखट प्रतिवाद केला.

"मूर्ख मुलगी. तिला वाटतं ती सहज चालत चालत समुद्रावर जाईल. तिथे एका जहाजात बसेल. फ्रान्सला जाईल आणि तिथे अख्खा देश तिच्या स्वागताला उभा असेल"– वीरा मौसीने पुन्हा एकदा आपल्या बोचऱ्या शब्दांनी शौझियाच्या स्वप्नाला दंश केला. तोवर वादावादीचे आवाज ऐकून भोवती गर्दी जमली होती. शौझियाच्या डोक्यात कसला बेत शिजतोय ते ऐकून सगळे फिदीफिदी हसले.

शौझियाच्या डोक्यात तिडीक गेली.

निर्वासितांच्या शिबिरात व्यक्तिगत, खासगी असं नसतंच काही. दोघातला

वादविवादसुद्धा सगळ्यांच्या देखत. हे असलं उघडंवाघडं जगणं तिला अजिबात आवडत नव्हतं.

"ही म्हणे मक्याच्या शेतात बसणार आणि आयुष्यभर तिथली फुलं बघत राहणार." वीरा मौसीनं नव्यानं मीठ चोळलं.

'मक्याचं नाही, जांभळ्या फुलांचं शेत'... शौझियाच्या ओठावर आलेले शब्द गिळून ती मुकाट गप्प बसली... त्या फुलांच्या शेतात काही आयुष्यभर नाही बसणार मी. या इथल्या डबक्यातली घाण माझ्या नाकातून निघून गेली आणि डोक्यातून इथला कलकलाट मिटला तरी पुष्कळ झालं, कळलं?

शौझिया वैतागली होती, पण काही न बोलता गप्प राहिली.

"इथे इतके नर्सेस ट्रेनिंग प्रोग्रॅम चालतात, त्यातल्या एकात जाऊन नर्सिंग का नाही शिकत तू? मी तर तुला मागेच म्हटलं होतं, की जात जा तिकडे. नर्सिंग शिकलीस तर पुढेमागे नोकरी करता येईल तुला आणि पैसेही लागशील मिळवायला. तुझा तो समुद्र काही कुठे पळून नाही चालला आणि फ्रान्सही राहीलच की जगाच्या नकाशावर तोपर्यंत; नाही का?"

"... पण तोपर्यंत? तोपर्यंत इथे काय करू मी?"– शौझिया फिस्कारली, "कुजत पडू या घाणीत? आणखी काही दिवस राहिले ना इथे; तर वेड लागेल मला. त्या... त्या बाईसारखी होईल अवस्था माझी."

तिनं समारेच कोपऱ्यातल्या घाणीत मुटकुळं करून पडलेल्या एका वेड्या बाईकडं बोट दाखवलं. तिला ना नाव, ना गाव. अंगावरची चिरगुटं फाडत पेशावरच्या रस्त्यावर बडबडत फिरताना तिला काहींनी उचललं आणि विधवांसाठी उभारलेल्या छावणीत आणून टाकलं. इथेही ती तशीच बडबडत फिरते. काही सुधारणा नाही. पण वीरा मौसी म्हणते, 'रस्त्यावर पोरं दगड मारून त्रास देत; त्यातून तरी वाचली बिचारी.' –ते मात्र खरं होतं.

"गप्प बस. गप्प बस तू." कलकलाटाने वैतागून शौझिया त्या बाईच्या अंगावर खेकसली. त्या बाईनं शौझियाकडं ढुंकूनसुद्धा पाहिलं नाही.

"नीट बोलत जा, शौझिया." वीरा मौसीच्या रागाचा पारा चढला होता, "एवढा उद्धटपणा आला कुठून तुझ्या आवाजात? परवानाची मैत्रीण ना तू? परवाना केवढी गुणी मुलगी होती... तू कशी एवढी रागीट?"

'परवाना? तिला काडीचासुद्धा आपलेपणा नाही वाटत इथल्या कुणाहीबद्दल. कळलं ना?' – शौझियाच्या तोंडावर आलं होतं, पण ती गप्प बसली. गैरसोयीच्या गोष्टींकडे कानाडोळा करण्यात वीरा मौसी भलतीच तरबेज आहे, तिच्या फायद्याचं तेवढंच तिला ऐकू येतं; हे एव्हाना शौझियाला समजून चुकलं होतं.

"मी इथे जे काम करते, त्याचे मला पैसे मिळणार नसतील तर मला दुसरं

काम शोधणं भाग आहे.'' ती स्पष्टच बोलली.

वीरा मौसीचा चढा स्वर एकदम खाली आला.

''बाहेर परिस्थिती बरी नाही, शौझिया,'' ती कळवळून म्हणाली, ''तू इथे सुरक्षित राहतेस. तुझी काळजी करायला माणसं आहेत आजूबाजूला. इथून गेलीस तर एकटी काय करशील तू? तुला नाही झेपणार पोरी!''

''नाही झेपणार म्हणजे?''– शौझियाचा स्वाभिमान दुखावला, ''आजपर्यंत मी एकटीच जगत आलेय. घरी होतंच कोण माझी काळजी करायला?''– तिच्या तरारल्या डोळ्यांसमोर एक नकोसं चित्र तरळलं– काबूलमध्ये असतानाचं... दिवसभर मरमर काम करून संध्याकाळी बऱ्याच उशिरा घर नावाच्या कोंदट खुराड्याकडे परत यावं तर, पहिला प्रश्न ठरलेला– 'किती पैसे मिळाले आज?'

'कशी आहेस तू, शौझिया'– असा प्रश्न कधीसुद्धा तिला विचारला नव्हता कुणी.

त्या आठवणीने शौझियाचा तिळपापड झाला होता. ''शौझिया'', वीरा मौसी तिची समजूत काढत म्हणाली, '' संध्याकाळी तुझी वाट बघणारी माणसं होती घरात. ती माणसं जे असेल ते दोन वेळा शिजवून वाढत होती तुझ्या पानात. रात्री झोपायला एक छप्पर होतं डोक्यावर तुझ्या. नंतर तू त्या मेंढपाळांबरोबर राहिलीस, तेव्हा त्यांनी काळजी घेतली तुझी. इथे आम्ही सगळे आहोत तुला. इथल्या कुटुंबाचा एक भाग आहेस तू शौझिया.''

''कुटुंब? कसलं? कुणाचं कुटुंब?''– शौझिया पुन्हा उसळली, ''मला पायात घालायला धड चपला नाहीत इथे. आणि तू... तू तर सारखी खेकाटत, ओरडतच असतेस माझ्या अंगावर. माझ्यावर हुकूम गाजवण्यापेक्षा अफगाणिस्तानात परत जाऊन त्या तालिबान्यांनाच का नाही चांगला धडा शिकवत तू? अं?''

''शौझिया ऽऽ मूर्खासारखं बोलू नकोस. वाट्टेल ते बडबडायला तू काही लहान मुलगी नाहीस आता, कळलं नं?''

''नाहीये ना मी लहान? मग लहान मुलीसारखी खोटी खोटी समजूत नका घालू माझी, कळलं नं?'' – शौझियाने वार परतवला, ''या पोरांना जसं वागवतेस, तसंच मलाही?''

शेंबड्या, मळकट पोरांचा घोळका आ वासून हे भांडण पाहत जमिनीला चिकटून उभा होता. त्यांच्या चेहऱ्यावरची चमक बघताना शौझियाला वाटलं, लांडग्यांच्या गोष्टीपेक्षा या भांडणातच पोरांना भारी रस!

वीरा मौसी गप्पच बसली.

शेवटी एक दीर्घ, खोल श्वास घेऊन म्हणाली,

''तुला काय वाटतं?– तू मोठी झालीयस. तेव्हा मीही तुला मोठ्या मुलीसारखंच

वागवावं. असंच ना?'' तिने पुन्हा श्वास घेतला. धुसफुसणाऱ्या शौझियाकडे पाहत ती शांतपणे म्हणाली, ''ठीक आहे. मोठी झालीच आहेस, तर तुझा निर्णय तू घे. इथे राहयचं असेल तर तक्रार न करता, असेल त्या परिस्थितीशी जुळवून घेऊन तुला राहावं लागेल. पडेल ते काम मनापासून करावं लागेल, आणि त्या बदल्यात तुला एकही पैसा मिळणार नाही. इथे कुणाजवळच पैसा नसतो, हे तुला चांगलं ठाऊक आहे. इथे राहणं, मोबदल्याशिवाय काम करणं तुला मान्य नसेल तर बाहेरचा रस्ता तुला ठाऊक आहेच. आम्ही लोकांना मदत करण्यासाठी इथे आहोत. रोज उठून तुझी कटकट ऐकायला इथे कुणालाही वेळ नाही. थोडे दिवस नीट विचार कर आणि एकदा काय तो निर्णय घे. कळलं?''

शौझिया हादरली.

गप्पच बसली.

पण अचानक एका क्षणी नजर उचलून तिने थेट वीरा मौसीच्या डोळ्यांत पाहिलं.

वीरा मौसाच्या नजरेतली माया कोरडी पडली होती. ती थेट, टोकदार नजर शौझियाला झोंबलीच.

''त्यात कसला विचार करायचा?''– उरातली धाकधूक लपवत शौझिया शांतपणे म्हणाली, ''मी उद्याच इथून जाते आहे. मला उत्तम नोकरी मिळेल, भरपूर पैसे मिळतील. मी चांगली श्रीमंत होईन आणि बोटीवरून फ्रान्सला निघून जाईन. मागे ढुंकूनसुद्धा बघणार नाही. कळलं?''

''उत्तम!''– वीरा मौसी म्हणाली.

''आज रात्रीच आम्ही तुला निरोप देऊ. तू तुझ्या दिशेने जाऊ शकतेस. तुला कुणीही रोखणार नाही.''

वीरा मौसी उठली.

आणि मागं न बघता ताड ताड निघून गेली.

◆

दोन

वीरा मौसीच्या घोरण्याच्या आवाजाने रात्रभर होणारा उपद्रव शौझियाच्या अंगवळणी पडला होता. बोटं खुपसून दोन्ही कान घट्ट बंद केले, जुनी उशी कानांवर दाबून धरली, उताणं झोपलं, पालथं पडलं, डावी–उजवी कूस बदलली तरी त्या आवाजापासून सुटका नाही, हे शौझियाला पुरतं समजून चुकलेलं. जरा जास्त चुळबूळ केली, झोपेत खाकरण्या–खोकण्याचं नाटक केलं तर त्या आवाजाने वीरा मौसीला जाग येईल आणि घोरणं थांबेल; म्हणून शौझियानं तेही करून पाहिलं होतं. पण वीरा मौसी हलेल तर ढिम्म! तिच्या मनाला येईल तसं ती वागे, बोले आणि झोपेसुद्धा तशीच! आपल्यामुळे कुणाला त्रासबिस होतो का, याचा विचारबिचार करणं स्वभावातच नव्हतं तिच्या.

कधी कधी वैतागून शौझियाच दुसऱ्या झोपडीत झोपायला जाई. पण वीरा मौसीची झोपडी तिला सोडवत नसे.

कारण?

तिथे काही 'खास' होतं.

टेबलाखालची छोटीशी जागा.

फक्त तिचीच... तिच्यासाठीच असल्यासारखी.

चार पायांच्या लाकडी टेबलाच्या खाली एक फाटकं पटकूर अंथरून शौझिया त्याच्यावर झोपे. टेबलावर घातलेल्या हिरव्या चादरीची टोकं चारी बाजूंनी खालपर्यंत लोंबत आणि त्या आडोशा आडचा एक छोटासा चौकोन शौझियाच्या वाट्याला येई.

''टेबलाखाली झोपलं तरी वीरा मौसीच्या घोरण्याने कानात दडे बसायचे ते बसतातच''– शेजारीच मुटकुळं करून झोपलेल्या जास्परला ती म्हणे, ''पण इथे निदान थोडी मोकळीक तरी मिळते. या जगात छोटासा का असेना; एक तरी चौकोन माझ्या मालकीचा, माझ्यासाठी असल्यासारखं वाटतं.''

त्या दिवशी दुपारी ताडताड सुनावून वीरा मौसी निघून गेली आणि त्या छोट्याशा कोंदट झोपडीत खूप वेळ शौझिया एकटीच बसून राहिली. उदास, एकटं वाटत होतं. संध्याकाळ तर तिला खायलाच उठली.

त्या रात्री निर्वासितांच्या शिबिरातल्या सर्वांनी मधल्या मोकळ्या जागेत शेकोटी पेटवली. शौझियाला निरोप म्हणून त्या रात्री शेकोटीभोवती बसून सगळ्यांनी रोजचाच चहा–पाव खाल्ला. वीरा मौसीनं शौझियाचं भरभरून कौतुक केलं. खूप वेळ तिचं भाषण चालूच होतं.

''श्रीमंत होण्याचं आणि फ्रान्सला जाण्याचं शौझियाचं स्वप्न नक्की पूर्ण होईल. त्या देशात जाऊन शौझिया नाव काढील''– असं काय काय ती भाषणात सांगत होती. फ्रान्स केवढा सुंदर देश आहे आणि इतक्या सुंदर देशातल्या मक्याच्या शेतांमधून फिरताना शौझियाला कित्ती मज्जा येईल हेही वीरा मौसीने वर्णन करून सांगितलं.

हे सगळं ऐकताना शौझियाच्या डोक्यात संतापाच्या लाह्या फुटत होत्या. जागच्या जागी त्वेषाने मुठी वळत होत्या.

वीरा मौसीचं भाषण संपल्यावर शिबिरातल्या बाकीच्या बायकांनीही शौझियाचं कौतुक करणारी मनोगतं व्यक्त केली– शौझिया कशी कष्टाळू आहे, किती हुशार, ती कशी पुढे जाईल... मोठी होईल वगैरे वगैरे.

मग मुलांना राहावेना.

''शौझिया, नको ना जाऊ''– सगळ्यांनी अक्षरश: रडून आकांत मांडला.

''तू गेलीस तर गोष्ट कोण सांगेल आम्हाला?''

एकीकडे तिच्या कौतुकाचे पाढे वाचले जात होते; आणि दुसरीकडे शौझियाच्या रागाचा पारा चढत चालला होता. आपला पाय इथून निघू नये म्हणून मुद्दामच वीरा मौसीने हे निरोप समारंभाचं नाटक उभं केलं असणार, याबद्दल तिच्या मनात किंचितही शंका नव्हती.

तेवढ्यात सगळ्यांचा कलकलाट थांबवून वीरा मौसी उठली आणि म्हणाली,

''तुझ्यासाठी एक चांगली बातमी आहे शौझिया. पेशावरमध्ये एका ठिकाणी तुझ्यासाठी नोकरी बघून ठेवलीय मी. तिथे निर्वासित स्त्रियांसाठी चालवलेलं शिवणकामाचं एक शिबिर आहे मोठं. तूही तिथेच राहायचं आणि त्या शिबिरातल्या

सर्वांसाठी तू स्वयंपाक करायचा. त्या कामाचे तुला पैसेही मिळतील चांगले. अर्थात राहण्या-जेवण्याचा किरकोळ खर्च वजा जाता तू बचत करू शकशील तुझ्या पगारातून. खूश? झालं ना तुझ्या मनासारखं? शिवाय आठवड्यातून एखाद-दुसरी चक्कर होतेच माझी तिकडे. त्यामुळे मलाही कळत राहील तुझी खुशाली. उद्याच जाणारेय मी पेशावरला. माझ्याबरोबर चल. मी सगळी व्यवस्था लावून देईन तुझी.''

– समोर बसलेल्या गर्दीतले बायका-मुलींचे चेहरे खुलले. त्यांना वाटलं, शौझिया खरी भाग्यवान. नशीब काढलं पोरीनं.

पण शौझिया?

ती मनातल्या मनात धुसफुसत होती.

रात्री वीरा मौसीच्या शेजारी टेबलाच्या खाली पथारी पसरून ती आडवी झाली; तरी तिच्या मनातला संताप निवला नव्हता.

''तिला वाटतं, तीच काय ती हुशार आहे या जगात. प्रत्येकावर सदान्कदा हुकमत गाजवत असते''– शौझिया चडफडत होती, ''माझ्यावरसुद्धा. मी काय करायचं, कुठे जायचं हे ठरवणारी वीरा मौसी कोण? तिचा काय संबंध?''

अफगाणिस्तानातून पळालेल्या विधवा बायकांसाठीच्या शिबिरात ती आली, तो दिवस शौझियाच्या अजून लक्षात होता. तिच्याबरोबर आलेले मेंढपाळ शौझियाला तिथे सोडून गेले आणि ती गोंधळून इकडेतिकडे भटकत राहिली. शेवटी तिथल्या स्वयंसेवकांनी शौझियाला हटकलं आणि ते तिला शिबिरात घेऊन आले.

दगड-मातीच्या कुंपणातून आत शिरताना समोर दिसलेल्या व्यक्तीला शौझियाने क्षणार्धात ओळखलं–

वीरा मौसी!

त्याच पावली मागच्या मागे निघून जावंसं शौझियाला वाटलं खरं; पण आता सुटका नव्हती.

''अरेऽऽ तूऽऽ कहाँसे आ गयी?''

वीरा मौसी अचानक शौझियाकडे धावली.

''तू शौझिया आहेस नं? परवानाची मैत्रीण?''

– वीरा मौसी अत्यानंदाने इतक्या जोरात किंचाळली, की आजूबाजूच्या गर्दीतल्या बायका दचकून टकामका बघायलाच लागल्या– ही कोण मुलगी?

अफगाणिस्तानवर तालिबान्यांनी कब्जा करण्यापूर्वी वीरा मौसी मुलींच्या शाळेत 'शारीरिक शिक्षण' हा विषय शिकवत असे. शिवाय ती मुलींच्या हॉकी संघाची प्रशिक्षकही होती. पण तालिबान्यांनी मुलींच्या शाळांना कुलुपं ठोकली आणि नोकऱ्या करणाऱ्या तमाम बायकांना घरी हाकलून बुरख्यात कोंडून घातलं. त्यानंतर

वीरा मौसीच्या आयुष्याची दिशाच बदलली. ती काबूलमध्ये परवानाच्या घरी राहिली होती काही दिवस; तिथेच तिची आणि शौझियाची गाठ पडली. तेव्हाही वीरा मौसी अशीच हुकमत गाजवत असे सगळ्यांवर. अजूनही तिचा स्वभाव बदललेला नाही, हे शौझियाने एका क्षणात ओळखलं.

फाटकाशी उभ्या शौझियाला पाहताच एकदम उल्हसित झालेली वीरा मौसी लांब लांब ढांगा टाकत काही सेकंदांतच तिच्यापाशी पोचली.

वीरा मौसी चांगली बलदंड, उंचीपुरी बाई.

तिच्या पुढ्यात उभं राहताना शौझियाला कससंच झालं.

हडकुळं शरीर, कपडे मळलेले, फाटलेले, महिनोन् महिने उन्हातान्हात फिरल्याने रापलेला, काळवंडलेला चेहरा. अशी तिची अवस्था होती.

पण एक मात्र निश्चित.

तिची मान सरळ होती.

आणि पाठीचा कणा ताठ.

"मेंढ्यांच्या कळपात राहत होतीस का? अंगाला फारच घाण मारतेय तुझ्या"– वीरा मौसीने शौझियाचं स्वागत केलं, "असू दे, असू दे. आपण बघू काय करायचं ते. आणि हे काय? अजूनही तू अशीच? मुलग्याच्याच अवतारात?"

– वीरा मौसीने ताबडतोब गरम पाणी 'हाजीर' करण्याचा हुकूम सोडला.

गरम पाणी आणि मुलीचे कपडे.

"हे कशाला? मी अशीच राहते; मुलग्याच्या कपड्यात. ते बरं पडतं. मी मुलीचे कपडे घातले तर काहीच नाही करता येणार मला."– शौझियाने विरोध करून पाहिला.

"मूर्ख आहेस तू." वीरा मौसीने तिला फटकारलं. हा पहिल्यापासूनच लाडका शब्द होता तिचा. परवानाच्या घरी राहतानासुद्धा ज्याला त्याला असंच मूर्खात काढायची ती.

"इथे काही तालिबानचे सैनिक येणार नाहीत तुला छळायला. कळलं?"– वीरा मौसीने क्षणात शौझियाचा ताबाच घेतला, "इथे माझा हुकूम चालतो. तालिबानांचा नव्हे. आणि हे काय? हा कुत्रा पण आहे वाटतं तुझ्याबरोबर?"– तिने खाली वाकून जास्परला नीट न्याहाळलं. तो घाबरून शहाण्यासारखा दोन पावलं मागं जात चुळबुळत उभा राहिला.

"बरा आहे."– वीरा मौसीने जास्परला प्रशस्तिपत्र दिलं आणि ती वळली.

शौझियाला वाटलं, चला! सुटलो!! याआधी काबूलमध्ये शेवटची भेट झाली तेव्हा आपण केवढ्या भांडलो होतो या बाईशी. नशीब, तिला काही आठवत नाहीये आत्ता.

पण तिचा हा आनंद दोन क्षणसुद्धा टिकला नाही.

वीरा मौसी पुन्हा तिच्या पुढ्यात उभी होती.

"तुझ्या कुटुंबाचं काय होईल, घरातली माणसं जगतील की मरतील याचा विचारसुद्धा न करता तू पळालीस ना काबूलमधून?"

"माझा काय संबंध त्या माणसांशी?"– शौझिया रागाने लालबुंद होत किंचाळली, "कुणाचंही प्रेम नव्हतं माझ्यावर. माझ्याच पैशांवर बसून खात होते सगळे आणि वर कुठल्यातरी म्हाताऱ्या माणसाशी माझा निकाह लावून पैसे कमवायचे बेत चालले होते त्यांचे, कळलं? मला विकायला निघाली होती माझ्याच घरातली माणसं."

शौझियाला रागानं रडू फुटलं.

"डाव हातचा चाललाय म्हणून आपला संघ सोडून मैदानावरून कुणी पळून जातं का, शौझिया?" वीरा मौसीने विचारलं.

"बरं, ते असू दे. आता तू इथे राहा या शिबिरात. पण पहिल्यांदा माझं एक छोटंसं काम कर."

वीरा मौसीने तिला पहिलं 'छोटंसं काम' सांगितलं. आणि पुढे सांगत... सांगतच राहिली.

एका दमडीचा मोबदला न मिळता, रोज ही असली छोटीशी कामं करता करताच कितीतरी दिवस निघून गेले.

"आता खूप झालं. बास आता"– शौझिया जास्परला सांगत होती.

"पेशावरला जाऊन तिथे घरकाम करणारी मोलकरीण तर मला अजिबात व्हायचं नाहीये. वीरा मौसीची कामंही नको आणि पेशावरला जाऊन तिथल्या त्या शिबिरात राहणंही नको. रस्त्यावर झोपायला मला नाही वाटत भीती. मेंढपाळांबरोबर राहत असताना रात्रभरसुद्धा बाहेरच नाही का भटकायचो आपण? मी दिवसा काम करीन आणि रात्री गावाबाहेर झोपेन कुठेतरी. म्हणजे मिळवलेले सगळे पैसे वाचवता येतील आणि मुख्य म्हणजे फ्रान्सलाही लवकर जाता येईल."

तिच्या नकळत फाटक्या उशीखाली तिचा हात गेला.

तिथे होती तिची मौल्यवान संपत्ती.

फ्रान्समधल्या फिक्या जांभळ्या नाजूक फुलांच्या शेताचा मासिकातून फाडलेला फोटो.

रात्रीच्या अंधारात फोटोतली ती नाजूक फुलं तिला दिसली नाहीत; पण जिवापाड जपलेल्या त्या कागदाच्या नुसत्या स्पर्शाने शौझियाला खूप बरं वाटलं.

तिथेच तर तिला जायचं होतं.

फ्रान्सला.

नाजूक जांभळ्या फुलांच्या सुगंधी शेतात.

डोक्यातला सगळा कलकलाट निवेपर्यंत ती एकटीच शांतपणे बसून राहणार होती तिथे.

– आणि घाणेरड्या, कुबट वासाने घुसमटल्या, गुदमरल्या नाकपुड्यांमध्ये स्वच्छ, मोकळी हवा वाहायला लागेपर्यंत मनसोक्त हुंगत राहणार होती तिथली जांभळी फुलं.

नंतर मग तिला पॅरिसला जायचं होतं.

आयफेल टॉवरच्या सगळ्यात वरच्या मजल्यावर बसून तिच्या जिवलग मैत्रिणीची– परवानाची वाट पाहायची होती.

एकदा का शौझिया आणि परवाना– दोघी एकमेकींना भेटल्या की मग रसाळ संत्री खात, गरमागरम चहाचे घुटके घेत आणि वीरा मौसीची भरपूर टिंगल मारत त्या दोघी सुखाने जगणार होत्या.

''आज रात्रीच निघायचं का आपण जास्पर?''– शौझिया पटकन उठून बसली.

जास्परने आपला उजवा पंजा उचलला आणि शेपटी उचलून हलवली.

शौझियाला तेवढं पुरेसं होतं.

ती उठली.

तेवढ्या अंधारात झोपडीचे कानेकोपरे चाचपून तिने आपल्या जुन्या कपड्यांचं बोचकं शोधून काढलं.

अंगावरचा फाटका सलवार कमीझ फेकून बोचक्यातले मुलग्याचे कपडे पुन्हा चढवले.

वीरा मौसीच्या ट्रंकेतून कात्री शोधून काढली.

पार खांद्यापर्यंत वाढलेल्या केसांच्या झिंज्या मुठीत पकडून कराकरा कापल्या. डोक्यावर पेराएवढे टोकदार, राठ खुंट तेवढे ठेवून बाकीचे केस भराभर भादरून टाकल्यावर तिला मोकळं मोकळं वाटलं.

बोचक्यात जुनी टोपी होती.

ती झटकून शौझियाने डोक्यावर चढवली. जुनीच फाटकी शाल खांद्याभोवती गुंडाळली. बोचक्यातल्या उरल्यासुरल्या गोष्टी पिशवीत कोंबून पिशवी काखोटीला मारली.

एवढंच!

बाकी काही सामानसुमान नव्हतंच.

घोरणाऱ्या वीरा मौसीच्या जवळ जाऊन तिच्या कानात जोराने भोऽऽऽ करावसं वाटत होतं खरंतर, पण तोंडातून चकार शब्द न काढता, दबक्या पावलांनी शौझिया गुपचूप झोपडीच्या बाहेर पडली. तिच्या मागोमाग जास्पर निघाला.

विणकामाच्या प्रशिक्षण वर्गांसाठी असलेली झोपडी मागे पडली. पुढे एका खोपटीत विधवांसाठी साक्षरतेचे वर्ग चालत. त्या पलीकडच्या छोट्या तंबूत बायका–मुलं झोपली होती. शौझियाने एकदम वेग वाढवला. कुणालाही कानोकान न कळता तिथून सटकायला हवं होतं.

शिबिराच्या एका कोपऱ्यातल्या झोपडीत खाण्यापिण्याचे पदार्थ ठेवलेले असत. हलक्या पावलांनी शौझिया त्या झोपडीत घुसली. रात्रीची जेवणं उरकल्यानंतर उरलेले शिळ्या नानचे चामट तुकडे आणि गारढोण भाताची ढिकळं एवढंच शिल्लक होतं. शौझियाने एका फाटक्या फडक्यात होतं नव्हतं ते सगळं गुंडाळलं आणि काखोटीच्या पिशवीत टाकलं. एक प्लॅस्टिकची बाटली जवळच पडलेली दिसली. प्यायचं पाणी ठेवायला होईल; म्हणून तीही पिशवीत टाकली.

शौझिया निघाली.

बाहेर मोकळ्या जागेत फाटकाशी येताच तिने मागे वळून पाहिलं.

सगळीकडे अंधार.

आणि चिडीचूप शांतता.

वीरा मौसीच्या घोरण्याचा आवाज तेवढा येत होता.

आणि कुठल्यातरी कोपऱ्यातून मधूनच एखादी किंकाळी.

कोण रडत होतं इतक्या रात्री?

कोण जाणे!

शौझियाचं पाऊल अडलं, पण आता थांबण्यात काही अर्थ नव्हता.

काळोख इतका, की पायाखालचं काही दिसेना. क्षणभर शौझियाला वाटलं, चुकलंच का आपलं? इतक्या काळोखात, मध्यरात्री कुठे जाणार आपण?

– पण पुढच्याच क्षणी ती मान उंचावून चालू लागली.

फाटक ओलांडून भराभरा बाहेर आली,

... आणि निघाली.

लवकरात लवकर तिला समुद्र गाठायचा होता.

तिथून फ्रान्स.

आणि पॅरिस...

तीन

कुणीतरी कर्कश किंचाळावं तशा आवाजात एक मोठ्ठा हॉर्न मागून वाजला.

त्या आवाजाने भेदरलेली शौझिया रस्त्याच्या कडेला हेलपाटते; तोच एक अजस्र ट्रक भरधाव वेगात निघून गेला. मागे उरलेल्या धुराच्या उग्र लोटात घुसमटलेली शौझिया खोकून खोकून हैराण झाली.

जास्पर तिच्या पायात घुटमळत होता.

इतका, की शौझियाला चालणं मुश्कील व्हावं.

"दमलास नं, जास्पर?"– तिने त्याची पाठ थोपटली.

खरंतर तीच दमली होती.

अख्खी रात्र चालून चालून घशाला कोरड पडलेली. पायाचे तुकडे पडायची वेळ आलेली.

सूर्य उगवून पार डोक्यावर आला तरी श्वास घ्यायला उसंत नव्हती.

पेशावर जवळ येत चाललेलं.

रस्त्यावरची वाहतूक खाऊ की गिळू अशा वेगाने वाढत होती. कोलाहल इतका, की कानात दडे बसावेत आणि डोक्यात घणाचे घाव पडावेत.

रस्त्यावर इतकी वाहनं, की मुंगी शिरायला जागा उरू नये. कोंबून कोंबून भरलेल्या माणसांनी ओसंडून वाहणाऱ्या बसेस, वेड्यावाकड्या धावणाऱ्या तीन चाकी रिक्षा, पांढऱ्या गाड्या, पिवळ्या टॅक्स्या, श्रीमंत मोटारी. तऱ्हेतऱ्हेचे आकार आणि तांबडे, पिवळे, निळे, काळे भडक रंग.

शौझियाला वाटलं, प्रत्येक जण कशाला एवढा संतापून हॉर्न वाजवतोय?

– त्या कर्कशश आवाजाने कानठळ्या बसायची वेळ आली होती.

शिवाय भर वेगात शेजारून जाणाऱ्या मोटारसायकली, बायका–पोरांना अंगावर घेऊन धावणाऱ्या स्कूटर्स, कसली कसली ओझी वाहून नेणाऱ्या सायकली... शिवाय घोड्यांचे टांगे, गाढवं–खेचरं आणि बैलांनी ओढायच्या गाड्या... त्या गर्दीत म्हशी आणि उंटसुद्धा दिसत होते अधूनमधून. सायकलीवरचं ओझं वाहण्यासाठी जीव खाऊन पायडल मारणारा एक म्हातारा अक्षरश: मरायला टेकला होता. तेवढ्यात एक बस भरधाव वेगात आली आणि त्याला चाटून पुढे गेली. सायकलसकट म्हातारा हेलपाटला.

– शौझियाला सहन होईना.

जास्परला बाजूला घेऊन ती रस्त्याच्या कडेला एका झाडाच्या सावलीत थांबली.

धापा टाकत दोघं स्वस्थ बसले.

समोर वाहता रस्ता आणि भणभणता वेग.

"इथे कशाला आलो आपण जास्पर? केवढा कलकलाट आहे इथे." ती म्हणाली... थोडं जास्परला, थोडं स्वत:शीच...

"मला नव्हतं माहीत इतकं भयानक असेल हे शहर. काय करायचं आता?"

जास्परच्या कानामागे थोडं खाजवल्यावर तिला बरं वाटलं.

"आपण ना, त्या मेंढपाळांबरोबरच राहायला हवं होतं जास्पर. निदान हवा तरी स्वच्छ होती"– ती म्हणाली, "किती उकडतंय इथे! शीऽऽ समुद्र किती लांब असेल इथून, कोण जाणे! समजा, आपण नाहीच पोचलो समुद्रावर; आणि इथेच पडलो अडकून... तर?"

– जास्परने तिच्या हाताला मानेनेच एक ढुशी दिली. कानामागे खाजवणं त्याला आवडत होतं.

"तुला काय वाटतं जास्पर? आपण पोचू समुद्रावर?"

– शौझियाने विचारलं.

उत्तरादाखल जास्परने पुन्हा एकवार आपली शेपटी हलवली आणि तिचा गाल चाटला.

शौझियाने काखोटीची पिशवी उघडली.

त्यात जपून ठेवलेला जांभळ्या फुलांचा तो फोटो काढला...

...आणि काही वेळ ती पाहत राहिली.

आजवर हज्जारदा पाहिलेला तो फोटो, पुन्हा पुन्हा पाहावासा वाटत होता.

"मी जाणार, जास्पर; मी या फुलांच्या सुंदर शेतात नक्की जाणार!"

– तिनं जास्परला; खरं तर स्वत:लाच धीर देत सांगितलं.

''आणि तिथे जायचं असेल; तर हातपाय गाळून कसं चालेल? इथला हा रस्ता मला तुडवलाच पाहिजे. पेशावरला गेलंच पाहिजे.''

शौझियाने तो फोटो पिशवीच्या तळाशी नीट जपून ठेवला.

पिशवी काखोटीला मारली,

आणि एका निर्धाराने ती उठून उभी राहिली.

पेट्रोलच्या जळक्या धुराने भरलेली हवा आत ओढून घेत शौझियाने दीर्घ श्वास घेतला.

''चल, जास्पर''

ती निघाली.

''तो कुणी एक चेंगीझखान होता ना, त्याने कशी स्वारी केली होती अफगाणिस्तानवर... आपण पण तसाच कब्जा करूया या शहरावर, चल!''– ती स्वत:शीच हसली. आणि चेंगीझखानाच्या थाटात, एका शूर योद्ध्याचा पवित्रा घेत पेशावर शहरावर चाल करायला निघाली.

सगळं बळ एकवटून मोठ्या रुबाबात शौझिया रस्त्यावर येते ना येते, तोच मागून पुन्हा एक मोठ्ठा हॉर्न किंचाळला आणि ती पुन्हा एकदा हेलपाटली.

चेंगीझखानाची रुबाबदार चाल विसरून रस्त्याच्या कडेने जीव मुठीत धरून मुकाट चालत राहिली.

चालत राहणं, पुढे जाणं भागच होतं.

''हे असे मोठे मोठे ट्रक आणि गाड्या मी पाहिले होते काबूलमध्ये''– शेजारून चालणाऱ्या जास्परच्या डोक्यावर थोपटत ती त्याला समजावत होती. जास्पर पुन्हा भेदरून थरथरायला लागला होता.

''तू कधी बघितल्या नाहीस ना गाड्या, म्हणून तुला भीती वाटतेय, जास्पर. पण तू घाबरू नकोस. हळूहळू तुला पण होईल सवय.''

– जास्पर खरंच खूप घाबरला होता.

मागून एखादा हॉर्न वाजला, शेजारून वेगात गाडी गेली; की तो भीतीने लटपटायला लागे.

आता शौझियालाही भीती वाटायला लागली.

जास्पर भेदरून पळत सुटला आणि चुकून एखाद्या गाडीच्या खाली सापडला म्हणजे?

तेवढ्यात रस्त्याच्या कडेला पडलेली निळ्या रंगाची एक वायर तिला दिसली. शौझियाने त्या वायरचं एक टोक सैलसर फासा करून जास्परच्या गळ्यात अडकवलं आणि दुसरं आपल्या हातात घट्ट पकडलं.

"तुझ्यासाठी आहे हे, जास्पर"– ती म्हणाली, "एकदा तुला सवय झाली ना या वाहतुकीची, की मग काढून टाकू आपण. चालेल नं?"

जास्परने एकदा त्या दोरावर पंजा मारला.

मग शौझियाकडे पाहिलं.

प्रेमाने तिचा गाल चाटला.

आणि शहाण्यासारखी गळ्यातली दोरी स्वीकारून तो निघाला.

त्याच्या मागोमाग शौझिया.

"अफगाणिस्तानातले किती लोक दिसतायत रस्त्यावर. मला तर काबूलमध्ये असल्यासारखंच वाटतंय जास्पर."– ती म्हणाली.

खरंच होतं ते.

रस्त्याच्या कडेला हारीने मांडलेली फळांची दुकानं, बोकड सोलून उघड्यावर टांगलेलं मांस. सगळं काबूलसारखंच तर होतं.

उघड्या मांसावर बसणाऱ्या माश्या हाकलीत; वर्तमानपत्राची पानं फडकवणारे खाटीक गिऱ्हाईकाच्या आशेने कधीचे बसून होते.

– पण दोन गोष्टी मात्र एकदम वेगळ्या होत्या.

एक म्हणजे बुरखा न घालता उघड्या चेहऱ्याने वावरणाऱ्या काही बायका. त्या न घाबरता तशाच रस्त्यावरून चालल्या होत्या आणि बुरखा न घातल्याबद्दल त्यांना कुणी मारतही नव्हतं.

आणि दुसरं म्हणजे थोडीही इजा न होता, जशा बांधल्या होत्या तशाच्या तशा उभ्या असणाऱ्या इमारती. जन्मल्यापासून बॉम्बहल्ल्यात उद्ध्वस्त झालेल्या इमारतींचे ढिगारेच बघायची अफगाणिस्तानमध्ये शौझियाला सवय होती.

पेशावरमधल्या उभ्या इमारतींच्या रांगा बघून ती गांगरलीच. इथे कसा नाही कधीच बॉम्ब पडला?

शहर काबूलपेक्षा चांगलं धडधाकट आणि श्रीमंतही दिसत होतं.

"इथे भरपूर पैसा मिळवता येईल जास्पर. खूप काम मिळेल मला."

– आजूबाजूच्या कलकलाटात आपलं बोलणं जास्परला ऐकू जाणार नाही, हे माहीत असतानासुद्धा शौझिया बोलत होती. तिला तरी जास्पर शिवाय दुसरं होतच कोण?

शौझियाच्या वयाची, तिच्यापेक्षाही लहान मुलं आजूबाजूला काम करताना दिसत होती. कुणी वाहनं दुरुस्त करणाऱ्या गॅरेजमध्ये काम करत होतं, कुणी लोहाराचे भाते ओढत होतं, कुणी संत्र्यांची टोपली डोक्यावर घेऊन संत्री विकत होतं. काही मुलं तर रस्त्यावर बसलेल्या दुकानदारांना चहा विकून पैसे कमावताना दिसत होती. रस्त्यावरच्या सिग्नलशी बस थांबली, की मुलांची झुंड तिकडे धाव घेई. बसमधल्या

उतारूंना कुणी गोळ्या-बिस्किटं विके, तर कुणी आणखी काही. चालता चालता रस्त्याच्या एका कडेला मोठ्या इमारतीचं बांधकाम चाललेलं शौझियाला दिसलं. तिथेसुद्धा गाढवांच्या पाठीवरून विटा वाहण्याचं काम छोटी मुलंच करत होती.

आजूबाजूला एकच कल्लोळ उठलेला.

तऱ्हेतऱ्हेच्या चित्रविचित्र भाषा शौझियाच्या कानावर पडत होत्या. त्यातल्या अफगाणी भाषा तिने ओळखल्या - पश्तू, दरी आणि उझबेक. बाकीच्या न कळणाऱ्या भाषा नक्की पाकिस्तानी असणार.

पुढे पुढे रस्त्यावरची गर्दी आणखीच वाढत गेली. जास्परच्या गळ्यात बांधलेली दोरी घट्ट पकडून शौझिया जीव सांभाळत चालत होती.

पुढे मधोमध वाहणारी एक नदी लागली.

आणि नदीच्या दोन्ही काठांवर लबालब मालाने भरलेल्या छोट्या छोट्या दुकानांचा मोठ्ठा बाजार.

दागिन्यांची दुकानं, किराणा माल आणि कापडाची दुकानं.

भिंतीवर निळी भुतं चिकटावीत तसे हारीने बुरखे टांगलेलं. फक्त बुरखे विकणारं एक दुकानसुद्धा तिला दिसलं. दुकानात, हातगाडीवर, रस्त्यात- जिथे जागा मिळेल तिथे आपला माल मांडून प्रत्येक जण काही ना काहीतरी विकत होता.

पायाला भिरभिरं लागल्यासारखी लकाकत्या नजरेने शौझिया त्या बाजारात फिरली. कुठल्या ना कुठल्यातरी दुकानात आपल्याला नक्की काम मिळेल, या जाणिवेनं तिला आतल्या आत बरं वाटत होतं.

- पण अंगातलं त्राण पार संपलं; तशी जुन्या इमारतीच्या कोपऱ्यात सावलीतली एक निवांत जागा शोधून शौझिया बसली. थकलेला जास्परही धापा टाकत बसला. भिंतीला पाठ लावून जरा लवंडल्यावर शौझियाला बरं वाटलं.

पिशवीतली प्लॅस्टिकची बाटली तोंडाला लावून घोटभर पाणी प्याल्यावर तिला जरा तरतरी आली. थोडं पाणी ओंजळीत घेऊन तिने जास्परसमोर धरलं. तोही लपालपा पाणी प्याला. नंतर दोघांनी मिळून नानचा एकेक तुकडा खाल्ला. पुन्हा थोडं थोडं पाणी प्यालं.

शौझिया फार दमली होती.

दोन घास पोटात गेल्यावर तिने डोळे मिटले आणि क्षणभर विश्रांती घ्यावी म्हणून पाठच्या भिंतीला डोकं टेकलं.

"ए ऽऽ वो मेरी जगह है."

- शौझियाने दचकून डोळे उघडले.

तिच्यासमोर अंगभर बुरखा घातलेली एक बाई रागाने धुमसत उभी होती.

"ये मेरी जगह है," ती पुन्हा खेकसली, "मै हर रोज यहाँ आती हूँ."

"पण मी बसलेय ना आता इथे." शौझियाला काय बोलावं कळेना.

"ए ऽऽ चल उठं. खिसक यहाँसे. बडी आयी बैठनेवाली."

– त्या बाईशी वाद घालण्याइतकंसुद्धा त्राण शौझियामध्ये उरलं नव्हतं.

ती मुकाट तिथून उठली.

मागोमाग जास्परही उठला.

त्या बाईने झडप घालून आपली जागा बळकावली आणि गुडघे टेकून जाणाऱ्या– येणाऱ्यापुढे हात पसरून ती भीक मागू लागली.

"कुछ दे दो बाबा... एक रुपिया दे दो."

"तू भीक मागून पैसे मिळवतेस?" – शौझियाने आश्चर्याने विचारलं. "किती पैसे मिळतात तुला रोज?"

"आठ–दहा रुपये तरी मिळतातच."

"खूप असतात का गं हे पैसे?"

"खूप कुठले? माझ्या पोरांना जेमतेम एक वेळचं जेवायला मिळतं."

"पण मग बुरखा का घालतेस तू? बुरखा काढलास तर लोक निदान पाहतील तरी तुझ्याकडे."

"काय माहितीये तुला? अं! काय माहितेय?" – त्या बाईच्या आवाजात एकाएकी संताप फुलला, "मी हा बुरखा घालते माझ्या थोबाडावर ; कारण पोट भरण्याकरता भीक मागायची लाज वाटते मला. मी अफगाणिस्तानात मॅनेजर होते एका मोठ्या कंपनीची. अमेरिकेतल्या युनिव्हर्सिटीत शिकलेय मी आणि आता पाहा काय अवस्था झालीय माझी. नको... नको पाहूस माझ्याकडे! चालती हो इथून."

शौझिया जागच्या जागी खिळून उभीच राहिली. त्या बाईंच्या जखमेवरची खपली काढल्याबद्दल तिला वाईटही वाटत होतं आणि मोठ्या प्रयासाने चांगली सावलीत मिळालेली जागा जबरदस्तीने बळकावणाऱ्या त्या बाईचा रागही आला होता.

त्या बाईसमोर उभं राहून नक्की काय करावं, हे तिला ठरवताच येईना.

डोक्यात फारच कल्ला झाला, तशी मुकाट्याने ती तिथून निघाली.

आणि तिच्या मागोमाग जास्पर.

खरं तर त्या बाईला भेटल्यापासून शौझियाच्या पोटात भीतीने खड्डाच पडला होता. युनिव्हर्सिटीत शिकलेल्या त्या बाईवर भीक मागायची पाळी येते ; तर या शहरात आपला कसा निभाव लागणार? आपल्याला कोण विचारणार?

शौझियाला काही सुचेना.

ती खाली वाकून जास्परला जवळ घेऊन गुडघ्यावर बसली. त्याच्या गळ्यात

बांधलेल्या दोरीशी उगीचच चाळा करत राहिली. मान खाली घालून खूप वेळ ती नुसती रडत होती.

"मला नाही राहायचं इथे जास्पर. भीती वाटते मला." जास्परच्या गळ्याला घट्ट मिठी घालून ती सुन्न बसून राहिली.

शेवटी जास्परनेच मान वळवली आणि शौझियाच्या गालावर ओघळणारे अश्रू चाटले. तिला पुन्हा हुंदका फुटला.

खूप वेळाने शौझिया उठली.

डोळे पुसून पुढे निघाली.

भरलेल्या बाजारात पाहावं तिकडे भिकाऱ्यांच्या झुंडी दिसत होत्या. बुरखा घेतलेल्या; काही न घेतलेल्या बायका, हात-पाय मोडलेले लुळे-पांगळे, म्हातारे कोतारे... शौझियाच्या वयाची छोटी मुलं तर खूपच होती. जो तो येणाऱ्या-जाणाऱ्यापुढे हात पसरत होता आणि कुणीही त्या भिकाऱ्यांकडे ढुंकूनसुद्धा पाहत नव्हतं.

"ज्यांच्याकडून भीक मागायची, ती माणसंसुद्धा गरीबच दिसतायत. कोण कुणाला भीक घालणार?" – शौझिया स्वतःशीच बोलत होती. समोरचं ते भयंकर दृश्य तिला बघवेना.

पण मान तरी कशी आणि कुठे फिरवणार?

शौझिया असहायपणे त्या गजबजत्या बाजारात भिरभिर फिरत राहिली. तिच्या मागोमाग जास्पर.

कुठल्यातरी दुकानदाराला भेटून काम मागायचं असं ठरवून शौझियाने मनाचा हिय्या केला. पण प्रत्यक्ष बोलायची वेळ येई, तेव्हा तिच्या तोंडून शब्दच फुटेना. लाज वाटत होती आणि भीती!

'तुला नाही जमणार हे शौझिया, लहान आहेस तू अजून. एकटी कशी लढशील जगाशी?'– तिला वीरा मौसीचे शब्द आठवले. शिबिरातल्या बाकीच्या बायका कशा फिदीफिदी हसल्या होत्या, तेही.

शौझियाने खोल श्वास घेतला.

होता नव्हता तेवढा धीर बांधला,

आणि ती एका पुस्तकांच्या दुकानासमोर जाऊन उभी राहिली. म्हणाली,

"मला काम द्या ना काहीतरी तुमच्या दुकानात."

पुस्तकांनी भरलेल्या कपाटामागे दुकानाचा मालक उभा होता.

तो माणूस बाहेर आला.

आणि कुत्र्या-मांजरांना हाकलावं, तसं त्यानं शौझियाला आपल्या दुकानासमोरून

हाकलून दिलं. आणखीच चार-पाच दुकानांतही हाच तमाशा झाला.

तोवर सूर्य मावळला होता.

सगळीकडे अंधार पसरला होता. बघता बघता विजेच्या खांबांवरून चोरलेल्या वायरींना लटकणारे पिवळे दिवे पेटले आणि त्या अशक्त प्रकाशात बाजारातली लगबग चालू राहिली. छोट्या माणसांचा पाठलाग करणाऱ्या मोठ्या, राक्षसी सावल्यांचा खेळ सुरू झाला.

आता मात्र ती भीषण परिस्थिती शौझियाला सोसवेना.

रस्त्याच्या एका कडेला दोन दुकानांच्या मधल्या बोळकांडीत रिकामा, अंधारा कोपरा दिसला. शौझिया जास्परला घेऊन पटकन त्या बोळक्यात शिरली.

आणि पायातल्या कळा सहन न होऊन त्या घाणीत तशीच बसली. कसल्यातरी कुबट, कुजकट घाणीचा भपकारा आणि भाज्या, फळं कुजल्याची घाण.

– शौझिया तशीच बसून राहिली.

वाहत्या रस्त्यावर धावणाऱ्या गाड्या, गर्दी आणि फिकट उजेडातल्या हलत्या सावल्यांच्या राक्षसी नाचापेक्षा हा कोपरा बरा.

शौझिया पार थकून, गळून गेली होती.

तिने मागच्या भिंतीला डोकं टेकवलं.

डोळे मिटले.

वीरा मौसीच्या घोरण्याची घुरघुर आठवून उगीचच डोळ्यांत पाणी आलं.

ते पुसलं.

आणि शौझिया गाढ झोपून गेली.

पहाटे तांबडं फुटायच्या आधीच शौझियाला जाग आली, तेव्हा घाण वासाने तिच्या भुकेल्या पोटात मळमळत होतं.

तिने जरा सावध होत आजूबाजूला पाहिलं.

दुकानदारांनी फेकून दिलेल्या शिळ्या कोबीच्या कुजलेल्या ढिगावर डोकं ठेवून आपण रात्रभर झोपलो होतो, हे दिसल्यावर तिला ओकारीच आली.

जास्परही एव्हाना जागा झाला होता.

कचऱ्याच्या ढिगात मिळालेलं कसलं तरी हाडूक चघळत बसला होता.

शौझिया पटकन उठली.

बाजारात एका ठिकाणी पाण्याचा नळ तिने बघून ठेवला होता. तिथे जाऊन तिने वाहत्या पाण्याचे हबके भसाभस चेहऱ्यावर मारले आणि पोट तुडुंब भरेस्तो पाणी पिऊन घेतलं. जास्परही भरपूर पाणी प्याला.

– एव्हाना दिवस चांगला उजाडला होता. बाजारातले व्यवहार सुरू झाले होते.

स्वस्थ बसून कसं चालेल?

शौझियाने परत काम मागायला सुरुवात केली.

तिचे फाटके कपडे आणि घाणेरड्या, ओंगळ अवताराकडे बघूनच तोंड फिरवणाऱ्या दुकानदारांनी तिला दारातूनच हाकलून लावलं. काहींना तिची दया आली, पण त्यांच्याजवळ शौझियाला देण्याजोगं काही कामच नव्हतं.

दिवसभर उपाशीपोटी वणवण करून संध्याकाळ होत आली, तरी शौझियाला काम मिळालं नाहीच. शेवटी पाय ओढत चालता चालता तिला एक खाटकाचं दुकान दिसलं. सकाळी त्याने आकड्यांवर लटकावून ठेवलेले ताजे सोललेले बोकड विकले गेले होते. पण दुकानात सगळीकडे ओल्या मांसाचे गोळे आणि सुकलेल्या रक्ताच्या गुठळ्यांचा नुसता राडा पसरला होता.

''तुमचं दुकान फार घाण झालंय.''

शौझिया अशक्त उत्साहाने त्या खाटकाला म्हणाली. खाटीक दिवसभराचं काम आवरून चहा पीत निवांत एका छोट्या स्टुलावर बसला होता.

''मी देऊ का साफ करून तुमचं दुकान?''

कामाच्या आशेने शौझियाचे डोळे लकाकले.

चहाचा मोठ्ठा घोट घेत; त्या खाटकाने शौझियाला वरपासून खालपर्यंत न्याहाळलं. मग डोळे बारीक करून तो म्हणाला,

''हे मोठ्या माणसाचं काम आहे बाबा. तुला कसं जमणार? चल जा; चालता हो इथून.''

''मला जमेल. मी करीन हे काम.''

– शौझिया जागची हलली नाही. उलट कामाच्या चिवट आशेने कमरेवर हात ठेवून तश्शी उभी राहिली. ती खूप दमली होती. पोटात भुकेने खड्डा पडला होता. काहीही करून हे काम तिला हवंच होतं.

– खाटकाच्या ग्लासातला चहा अजून संपला नव्हता. त्याने आणखी एक मोठ्ठा घोट घेतला आणि तो कोमट चहा या गालातून त्या गालात खुळखुळवीत, जास्परच्या पाठीवर थोपटत म्हणाला,

''हा तुझा कुत्रा? छान आहे.''

– त्याने जास्परकडे प्रेमाने पाहिलं.

''भूक लागलीय त्याला.''

– शौझियाला वाटलं, जोरानं किंचाळावं, जास्परला भूक लागलीय. मला पण लागलीय. खूप भूक लागलीयऽऽऽ

''थांब जरा...''

– खाटीक दुकानाच्या आतल्या बाजूला गेला. फाटक्या कागदावर थोडं मांस

आणून त्याने जास्परपुढे ठेवलं.

"खा. आवडेल तुला."

– जास्परच्या कानाशी खाजवत खाटीक म्हणाला. भुकेल्या जास्परने क्षणात तो ताज्या मांसाचा गोळा गट्टम केला.

"हे पाहा, सकाळी ये. मी तुला अर्ध्या दिवसाचं काम देईन." खाटकाने शौझियाला सांगितलं,

"मनापासून चांगलं काम केलंस तर पैसे मिळतील आणि उगीच नखरे केलेस, तर लाथा खाशील. कळलं?"

– एवढं सांगून तो आत गेला.

पटकन पुन्हा बाहेर डोकावत म्हणाला, "हे पाहा, कुत्र्याला पण घेऊन ये तुझ्या."

– आनंदलेल्या शौझियाकडे न बघताच खाटीक दुकानात निघून गेला तो गेलाच.

शौझियाने अत्यानंदाने उडी मारत जास्परच्या गळ्याला घट्ट मिठी घातली.

"मला काम मिळालं, जास्परऽऽ"

– तिला जोरजोराने गात सुटावसं वाटत होतं.

पण कडकडून भूक लागली होती. खायला काय मिळणार?

शौझियाला समोरच पावाचं एक दुकान दिसलं. दुकानदार दिवसभराचं काम आटोपून आवरासावरीला लागला होता. शौझिया तिकडे धावली.

"आज रात्रीपुरता मला एक पाव उसना द्याल का? मी उद्या पैसे देईन त्याचे." शौझियाने विनंती केली, "उद्या मला काम मिळालंय. त्या कामाचे पैसे मिळाले की, तुमचे पैसे नक्की देईन मी."

– दुकानदाराने समोरच्या चळतीतून एक पाव उचलला आणि शौझियाच्या अंगावर फेकला. हे इतकं अनपेक्षित होतं, की भांबावलेल्या शौझियाच्या नजरेदेखत तो ताजा पाव रस्त्यावरच्या धुळीत पडला. पटकन पुढे होऊन पाव उचलत शौझियाने विचारलं,

"किती पैसे द्यायचे या पावाचे?"

"पैसे? कसले पैसे?"– तो दुकानदार तुच्छतेने खेकसला, "खायला मिळालं ना तुला? जा आता चालता हो इथून... लोचट भिकारी साले!"

शौझियाचा भुकेला चेहरा शरमेने काळाठिक्कर पडला. तिने भीक नव्हती मागितली. रागही आला तिला. काही बोलण्यासाठी म्हणून तिने तोंड उघडलं खरं, पण स्वत:चेच शब्द गिळून ती मुकाट्याने तिथून निघाली... पुन्हा इथे येऊन खरोखरच पावाची भीक मागायची वेळ आपल्यावर येणार नाही कशावरून?

शौझियाने ताज्या पावाचा पहिला घास जास्परला भरवला. स्वत: खाल्ला. मग दोघांनीही नळावर जाऊन पोटभर पाणी प्यालं.

दिवसभर गजबजलेल्या बाजारात आता चिटपाखरूसुद्धा नव्हतं. सगळी दुकानं बंद झालेली. सगळीकडे सामसूम. दुकानांच्या बंद फळ्यांसमोर, रस्त्याच्या कडेला, गटाराच्या काठाकाठाने किडेमुंग्यांसारखी माणसं झोपली होती. दिव्यांच्या फिकट प्रकाशात नंगानाच करणाऱ्या त्या भयाण सावल्याही दिसत नव्हत्या.

शौझिया पुन्हा त्या खाटकाच्या दुकानाशी गेली. मागोमाग जास्पर होताच. खाटकाचं दुकान एव्हाना बंद झालं होतं. दुकानाच्या समोरच शौझियाने छोटासा चौकोन साफ केला आणि त्यावर ताणून दिली.

"सकाळी दुकान उघडलं की लगेच सुरू करू काम. उगीच उशीर नको व्हायला."

ती जास्परला म्हणाली.

बंद फळीआडच्या दुकानातल्या घाणीची भयंकर दुर्गंधी येत होती.

पण शौझियाच्या अंगात कसलंच त्राण नव्हतं उरलं. थोड्याच वेळात तिला गाढ झोप लागली.

◆

चार

सकाळी खाटीक आला.

दुकानापुढलं लोखंडी शटर वर ढकलून उघडल्याच्या आवाजाने शौझियाला जाग आली.

"बाहेर खूप ऊन आहे. तुझ्या कुत्र्याला त्रास होईल,"– खाटीक म्हणाला, "त्याला दुकानाच्या मागच्या दारी घेऊन ये. तिथे भांडं आहे एक. त्याला पाणी दे प्यायला."

शौझिया आणि जास्पर दुकानात शिरले.

खाटकाच्या मागोमाग आत गेले.

मागच्या बाजूला थोडी मोकळी जागा होती. तिथल्या सावलीत जास्परला थोडा आराम करता आला असता.

तिथल्याच एका कोपऱ्यात शौझियाला पोचे आलेलं ॲल्युमिनियमचं भांडं मिळालं. शौझियाने पटकन ते धुतलं. पाण्याने भरून जास्परच्या पुढ्यात ठेवत ती म्हणाली,

"तू इथेच थांब, जास्पर. माझं काम त्याला आवडलं तर तो कालच्यासारखं आजही तुला थोडं मांस देईल खायला. हाडं तरी नक्कीच मिळतील तुला चघळायला."

"चल, लाग कामाला"– खाटकाने शौझियाला आत बोलावलं. झाडू, खराटे, फरशी घासायचे ब्रश, साबण, फिनेल सगळं तिला दाखवल्यावर तो म्हणाला, "हे बघ, माझी नाश्त्याची वेळ झालीय. मी चाललो नाश्ता करायला. आल्यावर बघतो तू कसं काम करतोस ते."

शौझिया उत्साहाने कामाला लागली.

तिने सगळं दुकान खराट्याने स्वच्छ झाडून काढलं. लाकडी मांडण्या ब्रशने खसाखसा घासून धुतल्या. सुकलेल्या रक्ताची, कुजलेल्या मांसाची सुरुवातीला थोडी घाण वाटली खरी, पण असले नखरे करून तिला चालणार नव्हतं. मेंढपाळांबरोबर राहताना तिने याहून घाण काम केलं होतं. मेंढ्यांच्या लेंड्या जमवायच्या आणि त्यांचा एकत्र चुराडा करून हाताने छोटे छोटे गोळे थापायचे. लाकूड मिळत नसे, तेव्हा उन्हात वाळवलेले हे गोळे शेकोटी पेटवायला वापरले जात. त्या तुलनेत खाटकाच्या दुकानात फार घाण नव्हती.

सुकलेलं तर रक्त.

त्याला ना घाण, ना वास.

खाटकाच्या मनासारखी साफसफाई केली, तर तो आपल्याला आणखी काहीतरी काम देईल, असं शौझियाला वाटत होतं. ती खपत राहिली.

खाटकाने दाखवलेल्या दोन-तीन बाटल्यांमधल्या साबणासारख्या द्रवाला कसला तरी उग्र वास होता. पण त्याने दुकानातल्या लाकडी मांडण्या स्वच्छ झाल्यासारखं वाटलं खरं.

अचानक तिला एक कल्पना सुचली.

तिने दुकानातली प्लास्टिकची बादली उचलली, 'त्या' बाटल्या बरोबर घेतल्या आणि ती मागच्या बाजूला गेली.

आडोसा बघून शौझियाने अंगावरचे कपडे काढले. बाटलीतला द्रव पाण्यात मिसळून त्या पाण्याने कपडे खसाखसा घासून धुतले.

"तुला गंमत वाटतेय ना जास्पर"– घट्ट पिळलेला ओला शर्ट तसाच अंगावर चढवताना ती म्हणाली, "ओले कपडे सुकतील अंगावर. काम मागायला गेल्यावर; माझ्या अंगाला घाण येते म्हणून कुणी हाकलून तरी नाही लावणार मला."

फार वेळ न घालवता ती पटकन दुकानात गेली आणि परत कामाला लागली.

"केवढं पाणी नासलंस. कपडे बघ किती भिजलेत तुझे."

नाश्ता करून परतलेल्या खाटकाने दुकानाकडे पाहत पसंतीदर्शक मान हलवली आणि सोबत आणलेल्या थर्मासमधून कपभर गरमागरम चहा शौझियासाठी ओतला.

"थोडा पाव आणलाय तुझ्यासाठी. घे."

त्याने वर्तमानपत्राच्या कागदात गुंडाळलेलं एक पुडकं पुढं केलं.

चहा आणि पाव घेऊन आनंदलेली शौझिया मागच्या बाजूला गेली.

आपल्यातला अर्धा पाव तिने जास्परला खायला दिला. तेवढा तुकडा मटकावून पुन्हा नव्या तुकड्याच्या आशेने जमीन हुंगणाऱ्या जास्परला ती म्हणाली,

"थांब जरा, जास्पर. आता दुपारी."

जास्परने शेपटी उंचावली.

शौझियाने भराभरा आपलं काम संपवलं. तोवर सकाळच्या उन्हात तिच्या अंगावरचे ओले कपडेही सुकले होते.

"आणखी काही काम आहे का?" तिने आशेने विचारलं.

"नाही. आज दुकानाला सुट्टी असते माझ्या. आता मी चाललो घरी. पण तुझं काम आवडलं मला. कष्टाळू दिसतोस. येत जा. मी अधूनमधून देईन तुला काम."

शौझियाचा आनंदाने उजळलेला चेहरा बघून तो म्हणाला, "कुत्र्यालाही घेऊन येत जा तुझ्या. आणि आता नीघ. जाताना तुला पैसे देतो तुझ्या कामाचे."

शौझिया मोठ्या आशेने खाटकाच्या समोर उभी राहिली.

त्याने खिशातून नोटांचं बंडल काढलं.

त्यातली दहा रुपयांची नोट बाजूला काढली.

क्षणभर विचार केला.

आणि आणखी एक दहाची नोट काढली.

शौझियाच्या हातावर वीस रुपये टेकवत तो म्हणाला, "तो शिल्लक आहे ना, तो सगळा पावही जा घेऊन."

शौझियाने पावाचं पुडकं घेतलं.

आणि ती अत्यानंदाने दुकानाबाहेर पडली.

"बघ, बघ"– ती जास्परला म्हणाली, "तीऽऽन पाव आहेत. किती? तीन. आज आपण पोट भरून खाऊ. थोडा पाव उद्यासाठीसुद्धा शिल्लक राहील. आपल्या-जवळ खायला आहे, स्वच्छ कपडे आणि पैसेसुद्धा. सहज जमेल आपल्याला जास्पर. आजचा पहिलाच दिवस कामाचा आणि बघ काय काय मिळालं आपल्याला."

शौझिया आनंदली.

पण तिला वाटलं तेवढं तिचं नशीब जोरावर नव्हतं. दुसऱ्या दिवशी वणवण फिरूनसुद्धा तिला काम मिळालं नाही.

दुसऱ्या–तिसऱ्या–चौथ्या दिवशीही नाही. पायपीट करून करून शेवटी तिच्या चपला तुटल्या. कचऱ्याच्या ढिगातून एक वायर शोधून तिने चपलांचे पट्टे बांधले खरे, पण त्याला काही अर्थ नव्हता. तिच्या चपलांना खालून मोठी भोकं पडली होती.

शौझियाचे दोन्ही तळपाय चांगलेच सोलवटले गेले. रक्तसुद्धा येत होतं मध्येच. अशा अवस्थेत भाजून काढणाऱ्या खडकाळ रस्त्यावरून अनवाणी चालणं खरंच खूप मुश्कील होतं.

काय करावं ते न कळून शौझियाने रस्त्याच्या कडेला बसकण मारली.

शेजारी जास्परही बसला.

दुपारचं ऊन ओसरल्यावर शौझियाला एक हातगाडीवाला समोरून जाताना दिसला. तो चक्क रबरी सपाता विकत होता. तापल्या रस्त्यावर भाजणारे अनवाणी पाय विसरून शौझिया मोठ्या आशेने धावली. तिने हाक दिल्यावर हातगाडीवाला थांबला.

"कितीला दिल्या चपला?"

त्याने किंमत सांगितली. शौझियाच्या खिशात त्याच्या निम्मेसुद्धा पैसे नव्हते.

"जाऊ दे. माझ्याकडे नाहीत इतके पैसे"

– शौझिया हिरमुसली.

तापल्या रस्त्यावर चटचट भाजणारे पाय सहन न होत, एका पायावरून दुसऱ्यावर उभी राहण्याची कसरत करणाऱ्या असहाय शौझियाकडे हातगाडीवाला बघतच राहिला.

त्याने खाली वाकून पाहिलं.

हातगाडीच्या खाली; चाकांच्या मधल्या भागात बांधलेल्या गोणपाटाच्या झोळीत जुन्या, विजोड चपलांचा ढीग होता. त्यातल्या हाताला येतील त्या ८–१० चपला काढून त्याने रस्त्यावर टाकल्या. शौझियाला म्हणाला,

"बघ घालून तुला होतात का."

शौझियाचे डोळे लकाकले.

तिने प्रत्येकीत पाय घालून बघितला आणि दोन पायांसाठी दोन चपला निवडल्या. त्यातली एक हिरव्या रंगाची होती तर एक मातकट.

"तुम्ही इतक्या विजोड चपला कशा काय ठेवता हातगाडीवर? अशी एकेक चप्पल कोण घेणार?"– शौझियाने न राहवून विचारलं.

"बॉम्बहल्ल्यात एक पाय गमावलेली खूप माणसं आहेत बेटा या शहरात. त्यांना एका पायासाठी एकच तर चप्पल लागते. अनेकांना तेवढीही नाही परवडत."

"किती झाले पैसे?"– उदास होत शौझियानं विचारलं.

"तुझ्याजवळ किती आहेत?"

"हे पाहा"– तिने पिशवीत हात घालून उरलेले सगळे पैसे त्या हातगाडीवाल्या-समोर धरले.

"ठीक. एवढे तर एवढे."

त्याने शौझियाच्या हातावरले सगळे पैसे घेऊन खिशात टाकले.

आता शौझियाजवळ विजोड का असेना, चपला होत्या... पण खिशात दमडीसुद्धा उरली नव्हती.

"हे सगळं वीरा मौसीमुळे झालं"– पैसे खिशात टाकून हातगाडी ढकलत दूर जाणाऱ्या त्या माणसाकडे पाहत शौझिया जास्परला म्हणाली,

"कबूल केल्याप्रमाणे वीरा मौसीने घेतल्या असत्या माझ्यासाठी चपला तर..."

ती पुढे काही बोललीच नाही.

वीरा मौसीला नावं ठेवण्यात आता काही अर्थ नाही, हे अचानक तिला जाणवलं. नाहीतरी त्या शिबिरात चपला बिपला घेण्यासाठी कुठे कुणाकडे पैसे होते?

"आता याचं काय करू मी?"

– जुन्या, फाटक्या चपला चिमटीत उचलत तिने जास्परला विचारलं.

तिला काही सुचेना.

मग वाटलं, आता आपल्याला काय उपयोग या फाटक्या चपलांचा? द्याव्या टाकून.

तिने सहज त्या चपला एका कडेला फेकल्या. तेवढ्यात तिच्यावर नजर ठेवून असलेल्या एका छोट्या मुलाने वरच्या वर झडप घालून त्या फाटक्या चपला उचलल्या आणि तो धूम पळाला.

मग शौझियाला वाटलं, उगीचच फेकल्या आपण. ठेवायला हव्या होत्या पिशवीत.

पेशावरला आल्यापासून रोज रात्री झोपायला शौझिया एक नवी जागा शोधून काढी.

अगदी मध्यरात्र झाली, तरी शहरात शांतता म्हणून नसे. बॉम्बस्फोटांचे आवाज, रात्री-बेरात्री चालणाऱ्या बंदुका, मध्येच उठणारा भांडणांचा कल्लोळ आणि कर्कश्श आवाज करत भरधाव जाणारे ट्रक. अनेकदा आर्त किंकाळ्या ऐकू येत. किंचाळणारी माणसं हसतात की रडतात हेसुद्धा पुष्कळदा शौझियाला कळत नसे.

आजूबाजूने जाणारे लोक शौझिया आणि जास्परकडे दुर्लक्षच करत. काहीजण थुंकत, काही जण चक्क कचरा फेकत. शौझियाला वाटे, इतक्या अंधारात कोपऱ्यात कुणी बसलंय हे कसं दिसणार लोकांना? पण पुढे पुढे हे अतीच झालं तेव्हा मात्र शौझियाला शंका यायला लागली – हे लोक मुद्दामच कचरा टाकतात का आपल्या अंगावर?

पेशावरला येऊन आता जवळपास आठवडा झाला होता.

अचानक एके दिवशी शौझियाला एक सुरक्षित जागा सापडली. थोड्या आडबाजूच्या रस्त्यावर दोन उंच इमारतींच्या मधल्या अरुंद बोळकंडीत एक मोठ्ठी सिमेंटची मांडणी अशीच बेवारस पडली होती. त्यातल्या एका कप्प्यात शौझियाला झोपता आलं असतं आणि दुसऱ्या कप्प्यात जास्परला.

"हे बघ, आपल्याला घर सापडलं जास्पर"– ती आनंदाने जास्परला बिलगली.

जवळच्याच कचऱ्याच्या ढिगात शौझियाला पुठ्ठ्याचा मोठा खोका सापडला होता. तिने तो मोडला, सपाट केला आणि हाती आलेले दोन सलग पुठ्ठे सिमेंटच्या

चौकोनात अंथरले.

या नव्या बिछान्यावर बसल्यावर ती खूशच झाली.

"चल जास्पर, आजपासून या मऊ मऊ गादीवर आरामात झोपू आपण."

– जास्पर पटकन् उडी मारून आला.

अत्यानंदाने त्याची शेपटी सारखी हलतच होती.

शौझियाचा कामाचा शोध अखंड सुरू होता.

तिने मिळेल ते काम करण्याचा धडाकाच लावला.

काही कामं दिवसभरासाठी मिळाली, तर काही केवळ तासांसाठी.

तऱ्हेतऱ्हेच्या रंगांच्या कापडांचा समुद्रच उसळावा अशा बाजारात, तिने कापडांचे तागे बनवण्याचं काम केलं. वेगवेगळ्या रंगांची बटणं निवडून वेगवेगळ्या डब्यात भरली.

शिवाय खाटकाच्या दुकानातलं कामही होतंच. दर दोन-चार दिवसांनी ती त्याचं दुकान साफ करून द्यायला जाई. एकदा तर नुकताच सोललेला बोकड गिऱ्हाईकांसमोर मांडून ठेवण्याचं कामही तिनं केलं. त्या दिवशी संध्याकाळी जास्परला एका मोठ्या हाडाची मेजवानी मिळाली. शेजारचा किराणा मालाचा दुकानदार खाटकाचा मित्रच होता. खाटकाच्या ओळखीने तेही दुकान साफ करण्याचं मोठं काम शौझियाला मिळालं.

शहराच्या कुठल्याही भागात जा, निळ्या प्लॅस्टिकच्या मोठ्ठ्या थैल्या पाठीवर टाकून कचऱ्याच्या ढिगात काहीतरी उपसाउपशी करणारी तिच्या वयाची लहान मुलं शौझियाला सर्वत्र दिसत.

"वेळ पडली तर मलाही असा कचरा चिवडावा लागेल बहुतेक." ती जास्परला म्हणाली, "पण कचऱ्यातून काच–कागद वेचून कितीसे पैसे मिळणार आपल्याला?"

चहाच्या एका टपरीवर चहा वाटणारा नेहमीचा पोऱ्या काही दिवस आजारी पडला. त्याच्या बदली शौझियाला चहा वाटण्याचं काम मिळालं. बाजारात उघड्यावर दुकानं मांडून बसलेल्या विक्रेत्यांना गळ्यात ट्रे अडकवून स्टीलच्या ग्लासातून चहा विकण्याचं हे काम तिनं काबूलमध्येसुद्धा केलं होतंच. अरुंद गल्ल्यांमधून, गर्दीतून वाट काढत एक थेंबभरसुद्धा चहा न सांडता, हे काम करण्यात शौझिया अगदी पटाईत होती. ज्या ज्या दुकानात ती चहा वाटायला जाई, त्या प्रत्येक ठिकाणी मोठ्या अपेक्षेने विचारी,

'माझ्यासाठी काम आहे का काही?'

एका फर्निचरच्या दुकानात तिला साफसफाईचं काम मिळालंसुद्धा.

एके दिवशी काम शोधण्यासाठी न भटकता ती सहज म्हणून रेल्वे स्टेशनवर गेली.

"यातली कुठली गाडी समुद्रावर घेऊन जाते का हो?"– तिकीट खिडकीतल्या माणसाला तिनं विचारलं.

"म्हणजे कराचीला जायचंय का तुला?"

"कराचीऽऽ"– शौझियाने हे नाव आयुष्यात पहिल्यांदाच ऐकलं होतं, "फार पैसे पडतात का कराचीला जायला?"

"जाऊन परत यायचं का पेशावरला?"

"नाही. जायचं फक्त."

– तिकीट खिडकीतल्या माणसाने तिला तिकिटाची रक्कम सांगितली.

थेंब थेंब करून तिने साठवलेल्या पुंजीपेक्षा फारच जास्त पैसे होते.

तिकीट खिडकीतल्या माणसाचे आभार मानून शौझिया तडक बाहेर पडली. तेवढ्यात स्टेशनावरच्या गर्दीत तिला दोन–चार ओझी उचलण्याचं हमालीचं काम मिळालं आणि आणखी थोडे पैसे कनवटीला लागले.

त्यानिमित्ताने शौझियाला एक नवा मार्ग सापडला. गावात कुठेच काम मिळालं नाही, तर ती रेल्वे स्टेशनवर येऊन हमाली करू लागली. पण रोज रोज हे शक्य नसे. स्टेशनवर नेहमी काम करणारे हमाल त्यांचं काम ढापणाऱ्या शौझियासारख्या छोट्या मुलांना हाकलून लावत.

पुढे पुढे तिलाच हे काम आवडेनासं झालं. कराचीच्या समुद्रावर– निघालेल्या माणसांच्या रांगाच्या रांगा बघायच्या, त्यांची ओझी उचलायची.

आपण कधी जाणार कराचीला?

समुद्रावर?

... आणि तिथून फ्रान्सला?

"स्टेशनवरच्या इतर हमालांपेक्षा मी कमी पैसे घेते म्हणून मला काम देतात लोक." एके दिवशी थकली भागली शौझिया जास्परला सांगत होती, "उद्या माझ्यापेक्षा कमी पैशात काम करणारा कुणीतरी येईलच... मग मला कसं मिळणार काम? इथे कामापेक्षा काम हवं असणारी माणसंच खूप जास्त आहेत जास्पर. केवढे अफगाण लोक दिसतात आजूबाजूला. सगळ्यांना काम हवंय. या शहरातली माणसं तरी काय करतील?"

तरीही शौझियाने हार मानली नाही.

गळ्यात अडकवलेल्या तिच्या छोट्याशा बटव्यात रोज रात्री दोन–चार रुपयांची भर पडतच होती. फ्रान्सला पोचण्याचं तिचं स्वप्न कणाकणाने का होईना, पण जवळ येत होतं.

एके दिवशी दुकानात झाडू मारता मारता, तिथल्या आरशात शौझियाला स्वत:चंच प्रतिबिंब दिसलं. केस चांगले मानेपर्यंत वाढले होते. ती हळूहळू मुलगी दिसायला लागली होती.

काम संपल्यावर शौझिया तशीच बाहेर पडली.

रस्त्याच्या कडेला वाटी-वस्तरा मांडून बसलेला एक न्हावी शोधून काढला आणि सरळ त्याच्या पुढ्यात जाऊन बसली. रस्त्यावरच गिऱ्हाईकाला बसवण्याकरता एक पुठ्ठा आणि बाजूलाच जुन्या मोडक्या खोक्यात कंगवे, कात्र्या, एक आरसा असा एकूण सरंजाम होता.

"मला माझं डोकं पूर्ण भादरून पाहिजे."

– शौझियाने सांगितलं. पुन्हा पुन्हा वाढणाऱ्या केसांची कटकट जितकी लांबेल तेवढं बरं.

न्हाव्याने किती पैसे घेणार ते सांगितलं.

शौझियाने मान डोलावली.

डोक्यावर कात्री चालवली जात असताना ती डोळे मिटून शांत बसली होती... शेजारी जास्पर. "तुझ्या कुत्र्याची पण करायची का दाढी?" म्हणून न्हाव्याने सहज चेष्टा केली. त्या कल्पनेने शौझियाला हसू फुटलं.

डोकं भादरून झाल्यावर सवयीप्रमाणे न्हाव्याने तिच्यासमोर आरसा धरला. शौझियाने बिल्कूल त्यात पाहिलं नाही. तेवढी हिंमतच नव्हती. सगळे केस सफाचट झाल्यामुळे डोक्यावर गार गार वाटतंय, एवढं मात्र तिला जाणवलं.

फ्रान्सला पोचल्यावर आपण छान मोठ्ठे केस वाढवू... तिने मनातल्या मनात स्वत:चीच समजूत घातली.

रोज संध्याकाळी येताना दिवसभराच्या कमाईतून शौझिया काही ना काही खायला घेऊन येई.

स्वत:साठी.

आणि जास्परसाठी.

ज्या दिवशी कामच मिळत नसे, त्या दिवशी शिलकीतला एखादा रुपया खर्चून नुसता पाव.

काम मिळालं, पैसे मिळाले; तर मग कोपऱ्यावरल्या दुकानदाराकडून गरमागरम मटण पॅटिस. मोठ्या चुलाण्यावर प्रचंड मोठा तवा टाकून तो माणूस पॅटिस करत बसलेला असे आणि त्याच्याभोवती हीऽऽ गर्दी.

एखाद्या दिवशी एखादा दयाळू दुकानदार कामाच्या पैशांबरोबर शौझियाला खायलाहीं देई. कधी डाळ रोटी, कधी एखादं फळ. अशा दिवशी शौझिया विशेष

खुशीत असे. जास्पर गावात फिरता फिरता रस्त्यावरचे कचऱ्याचे ढिग हुंगून स्वत:साठी काही ना काही तरी पैदा करीच.

दिवसभराचं काम आटपल्यावर शौझिया आणि जास्पर बोळकंडीतल्या आपल्या 'घरात' परत येत. हळूहळू संध्याकाळ गडद होई. सगळीकडे अंधार पसरत असताना शौझिया जास्परला फ्रान्सच्या, तिथल्या समुद्राच्या आणि जांभळ्या फुलांच्या गोष्टी सांगत बसे. रात्र झाली की तिला फार एकाकी वाटे. पण ते भयंकर एकाकीपण दाटून येईयेईतो दिवसभराच्या दमणुकीने डोळे पेंगुळलेले असत.

एका मध्यरात्री एकदम गलका उसळला.

जास्परच्या जोरजोरात भुंकण्याने शौझियाला जाग आली. ती डोळे उघडून पाहते तो भगभगीत बॅटऱ्यांचे झोत तिच्यावर टाकून खदाखदा हसणारी काही माणसं समोर उभी आणि संतापलेला जास्पर तिच्या छातीवर पाय रोवून उभा.

शौझियाला काही कळेना.

ती माणसं आपल्यावर झडप घालायला टपलीत, हे लक्षात आल्यावर ती हादरलीच. पण दात विचकत आग ओकणाऱ्या डोळ्यांनी जास्पर तिच्या पुढ्यात भिंतीसारखा उभा होता.

"थांब आता, गोळीच घालतो तुझ्या कुत्र्याला. मग बघू कसा वटवट करतो ते."

त्या माणसांपैकी कुणीतरी म्हणालं आणि खदाखदा हसत ते टोळकं निघून गेलं.

संतापाने फुललेली शेपटी उगारून आग ओकणारा जास्पर शांत झाला. शौझिया भीतीने गार पडली होती. जास्परने तिला हुंगून, तिचे गाल चाटून तिला धीर दिला. तरीही शौझिया थरथरतच होती. शेवटी तिच्या पोटावर पुढचे पाय ठेवून, तिला कुशीत घेतल्यासारखा जास्पर स्वस्थ बसून राहिला.

जास्परला घट्ट कवटाळून शौझिया खूप वेळ तशीच थरथरत होती.

भीतीने फुललेला श्वास थोडा संथ झाल्यावर शौझियाला भान आलं.

"चल जास्पर. इथून निघून जाऊ आपण..."

ती तडक निघालीच.

मागोमाग जास्पर.

शौझियाच्या पायात गोळे आले होते. धावणं काय, चालणंसुद्धा अशक्य होतं. तरीही जास्परच्या आधाराने ती कशीबशी तिथून निसटली.

ते दोघे रात्रभर वाट फुटेल त्या दिशेने अखंड चालत राहिले.

आजूबाजूला दिसणाऱ्या कुणाहीकडे मान वर करून पाहायचीसुद्धा हिंमत झाली नाही.

◆

पाच

शौझिया आणि जास्पर रात्रभर अखंड पायपीट करीत होते.

अखेरीस पहाट फुटता फुटता, छातीभर श्वास फुलून दमलेली शौझिया घेरावली. जास्परलाही पुढे पाय टाकवेना. सदर बाजारातल्या मुख्य रस्त्यावर एका दुकानाच्या आडोशाला दोघे थांबले. ते होतं शस्त्रास्त्रांचं दुकान. दरवाजा बंद. समोर कुणी नाही. दुकानाच्या मोकळ्या पायरीवर लवंडलेल्या शौझियाला बघता बघता गाढ झोप लागली. तिच्या शेजारी पोटाशी पाय घेत जास्परनेही मान टाकली.

उन्हं वर आली.

आणि मागोमाग मालक.

दुकान उघडण्यासाठी त्याने आरडाओरडा करत शौझिया आणि जास्परला तिथून हुसकलं.

पुन्हा पायपीट सुरू.

रात्रभराची दमणूक आणि अर्धवट झोपेमुळे शौझियाचं डोकं भणभणत होतं. तिला काय चाललंय काही कळेना. समोरचं काही दिसेना. जाणाऱ्या-येणाऱ्या माणसांवर धडकत, अडखळत ती कशीबशी चालत होती. एकदा तर फुटपाथवर मांडलेल्या वर्तमानपत्रांच्या दुकानावरच जाऊन धडकली.

''डोळे फुटले का तुझे?''– दुकानमालकाने संतापून धडपडत्या शौझियाला शिव्या हासडल्या. मागून लडखडत चालणाऱ्या जास्परच्या पेकाटात लाथ मारली. कळवळलेला जास्पर संतापून त्या माणसाच्या अंगावर धावून गेला.

शौझियाने झपकन् पुढे होत जास्परला खेचलं. त्या झटपटीत गोंधळलेली शौझिया एका विचित्र गुंगीत आणखी एका माणसावर जाऊन आदळली. नुकतंच दुकान उघडून बाहेर वस्तू मांडण्यात गर्क असलेला तो अफगाणी दुकानदार संतापून शौझियाच्या मागे धावला.

त्याच्या तावडीतून कशीबशी सुटत शौझिया धूम पळाली आणि कोपऱ्यावरच्या सावलीत जाऊन धापा टाकत बसली.

''मला कंटाळा आला, जास्पर. दमलेय मी खूप.''

शेपूट हलवणाऱ्या जास्परला जवळ घेत, कुरवाळत शौझिया खूप वेळ तशीच सुन्न बसून राहिली. जगातल्या सगळ्या मोठ्ठ्या माणसांचा तिला प्रचंड राग आला होता. त्या दुष्ट लोकांचं थोबाड बघण्याचीसुद्धा तिची इच्छा नव्हती.

– नाइलाजाने शौझिया उठली.

चालत राहिली.

मागे जास्पर.

दमून पायाचे तुकडे पडायची वेळ आल्यावर जरा कुठे विश्रांतीसाठी शांत बसावं, तर कुणी ना कुणी येऊन त्यांच्या अंगावर ओरडे. त्यांना तिथून हुसकावून लावी.

पुन्हा उठायचं.

आणि वाट फुटेल त्या दिशेने चालत सुटायचं.

मुख्य रस्ता कधीच सुटला होता.

पेशावरमधल्या अंधाऱ्या गल्ल्या, बोळ पालथे घालीत शौझिया अखेर शहराच्या एका टोकाला पोचली. एव्हाना बाजारपेठ संपली होती आणि एकमेकांशेजारून वळसे घेत धावणाऱ्या रेल्वे रुळांचं जंजाळ समोर पसरलेलं दिसत होतं.

इथेही गर्दी होतीच.

पण बाजारपेठेतल्यासारखा कलकलाट नव्हता.

शौझियाला जरा बरं वाटलं.

चला, स्वच्छ मोकळा श्वास तरी निदान घेता येईल.

ती रेल्वे रुळांच्या कडेकडेने चालत राहिली.

मागोमाग जास्पर होताच.

खुरट्या झुडपात तोंड घालून उरलीसुरली पानं मटकावणाऱ्या बकऱ्या आणि दुतर्फा पसरलेल्या घाणीत आपली फताडी नाकं खुपसून हुसफुस करत कचरा चिवडणाऱ्या डुकरांच्या टोळ्यांनी थैमान घातलं होतं.

रुळांच्या नाकाला नाक लावून उभ्या राहिलेल्या झोपड्यांच्या गलिच्छ रांगा बघून शौझियाला मळमळलं. त्या फाटक्या–तुटक्या झोपड्यांमधून अफगाणी माणसांची

गर्दी नुसती हुळहुळत होती. भांड्यांच्या बदल्यात जुने कपडे जमवणाऱ्या पाकिस्तानी बोहाऱ्याने एका डबक्याच्या कडेलाच प्लॅस्टिकचा कागद पसरून मिकी माऊसचं चित्र विणलेले फाटके स्वेटर्स आणि कडा उसवलेले जुनेपाने स्कर्ट्स विकायला मांडले होते.

हवेत भरलेल्या आंबट दुर्गंधीत; अर्धवट जळक्या लाकडांचा धुरकट भपकारा भरून राहिला होता.

शौझियाला गुदमरल्यासारखं झालं. ती वळणार, तेवढ्यात समोर अफगाण मुलांचा एक घोळका दिसला. पाठीला निळ्या प्लॅस्टिकच्या मोठ्या थैल्या लावून, मिळेल तिथला कचरा चिवडणं चालू होतं. शौझिया पाहतच राहिली.

जास्परला काय झालं कोण जाणे.

शौझियाच्या हातातल्या दोरीला हिसडे देत त्याची चुळबूळ सुरू झाली. शेवटी शौझियाने त्याला सैल सोडलं, तसा उंच झेप घेत जास्पर त्या मुलांकडे धावला. त्यांचे पाय हुंगत, शेपटी हलवत त्याने इतकी लाडीगोडी लावली, की त्या मुलांनाही नवलच वाटलं.

पाच मुलं.

चार मुलगे आणि एक बाहुलीसारखी छोटीशी मुलगी.

जास्परला बघून छोटी घाबरलीच होती पहिल्यांदा; पण जास्परने तिच्याजवळ जाऊन, तिचे हात... गाल चाटून पहिल्यांदा तिच्याशीच दोस्ती करून टाकली. खरंतर जास्पर तिच्यापेक्षाही उंच होता; पण त्या छोट्या बाहुलीने हळूच जास्परला हात लावला आणि गंमत वाटून ती खुद्‌कन हसली. दूर उभी राहून आश्चर्याने पाहत होती शौझिया.

"त्याचं नाव जास्पर"– ती पुढे होत म्हणाली, "जास्पर हे जुनं पर्शियन नाव आहे."

"तुझ्या कुत्र्याला माणसांनी बोललेलं समजतं?"– एका मुलाने शौझियाला विचारलं.

"म्हणजे काय? जास्परला सगळं समजतं–" शौझिया ठासून म्हणाली, "जास्पर खूप हुश्शार कुत्रा आहे. बघा हं, तो कसं ऐकतो माझं ते – जास्पर, बस खाली! बस!!"

– जास्पर खरंच बसला.

सगळ्या मुलांचे चेहरे एकदम उजळले.

शौझियालाही मजा वाटली.

मग जास्परशी खेळण्याचा एक मोठ्ठा कार्यक्रम सुरू झाला. पोरांनी आपापल्या खांद्यावरचा प्लॅस्टिकच्या थैल्या एका बाजूला ठेवल्या. सारे खेळायला धावले. कुणीतरी एक काठी आणली. लांब फेकली. जास्पर आनंदाने उड्या मारत काठीमागे

पळाला आणि तोंडात उचलून घेऊन आला.

बघता बघता खेळ रंगत गेला आणि आनंदाला नुसतं उधाण आलं.

चौघांपैकी दोन मुलगे जवळपास शौझियाच्याच वयाचे होते. दोघे थोडे लहान, म्हणजे आठ-नऊ वर्षांचे आणि ती छोटीशी बाहुली?

– चार किंवा फार फार तर पाच वर्षांची असेल.

इतक्या छोट्या मुलीच्या पायात काही नव्हतं.

दोन छोटे मुलगेसुद्धा अनवाणीच होते.

शौझियाला आश्चर्यच वाटलं. इतकी छोटी मुलं... पायात काही न घालता काट्याकुट्यातून, घाणीतून चालतात. त्यांना काही टोचत, बोचत नसेल?

ही मुलं कचरा कशाला चिवडतात?

घाणीच्या ढिगातून काय वेचतात?

शौझियाने सहज म्हणून बाजूच्या ढिगातली एक प्लास्टिकची थैली ओढली आणि उघडून पाहिली

तेवढ्यात चौघातला मोठ्ठा मुलगा झडप घातल्यासारखा धावून आला,

"ए ऽऽ माझी आहे ती पिशवी. चोरटा सालाऽऽऽ"

त्याने शौझियाला इतक्या जोरात ढकललं की ती एका बाजूला कलंडली आणि दगड बोचल्यामुळे कळवळून ओरडली. त्या मुलांबरोबर खेळणारा जास्पर क्षणात शेपटी फुलारून शौझियाच्या रक्षणासाठी ताठ उभा राहिला. जीव खाऊन त्या मुलांवर भुंकणाऱ्या जास्परला आवरून शौझिया म्हणाली,

"मी चोरी नव्हतो करत, तुम्ही काय जमवता कचऱ्यातून तेवढं बघायचं होतं फक्त."

संतापलेल्या जास्परला खाली बसवून; त्याच्या पाठीवर थापटत थोपटत शौझियाने त्याला शांत केलं आणि ती उठून उभी राहिली.

"म्हणजे? तू नाही कचरा वेचलास कधी?"

तिच्यावर झडप घालून तिला ढकलून पाडणाऱ्या मुलाने शौझियाला विचारलं.

"तुला काय मी कचरा वेचणारा भिकारडा मुलगा वाटलो?"– शौझियाच्या नाकाच्या शेंड्यावर राग आला, "मी कामं करतो."

"कसली कामं?"

"कामं म्हणजे नोकऱ्या. नोकऱ्या करतो मी."

"मग जा ना... कर तुझ्या नोकऱ्या. आमचा कचरा कशाला चोरतोस?"

"आहेच काय या फाटक्या पिशवीत चोरण्यासारखं?" शौझियाने संतापून त्या पिशवीवर जोरात लाथ मारली.

"तुला काय वाटलं? मी मूर्ख म्हणून जमवल्या या वस्तू?"– रागावलेल्या

‘त्या’ मुलाने शौझियासमोर अख्खी थैली रिकामी केली... आणि एकेक वस्तू उचलून शौझियापुढे नाचवीत तो म्हणाला,

“हे बघ – तीन प्लॅस्टिकच्या बाटल्या. एक अख्खा वर्तमानपत्राचा अंक आणि दोन रिकामे पत्र्याचे डबे. हिंमत असेल तर दाखवतोस जमवून एवढ्या वस्तू?”

“त्यात काय एवढं कौतुक!” शौझिया फिस्कारली.

“ हा आम्ही जमवलेला कचरा आहे, कळलं?” दुसरा मुलगा पुढे होत म्हणाला, “तू कोण आमच्यात मध्येच कडमडणारा?”

“माझ्याजवळ माझा कुत्रा आहे कळलं ना?” शौझियाने त्याला वेडावून दाखवलं. “तो तुमच्या कचऱ्याचंच काय, तुमचंसुद्धा रक्षण करील. आपल्यावर कुणी हल्ला केला, तर जास्पर लढेल त्याच्याशी.”

आपल्याला ढकलून पाडणाऱ्या मुलाच्या चेहऱ्यावर ओरबाडल्याच्या ताज्या खुणा आहेत, म्हणजे त्याची नुकतीच कुणाशी तरी झटापट झालेली असणार, हे शौझियाने हेरलं होतं.

“अॅ हॅ ऽऽ तोंड बघा!! हा असला कुत्रा कुणाला घाबरवणार?” – त्या मुलाने जास्परची चेष्टा केली.

“जास्परला नावं ठेवतोस?” शौझिया चिडली. “त्याला नुसता हात लावून दाखव.”

“हात्तेरेकी! एवढंच ना? हे बघ”– तो हसत हसत पुढे झाला.

... तेवढ्यात दात विचकून जास्पर असा काही गुरगुरला ती ‘त्या’ मुलाची भीतीने बोबडीच वळली.

“जास्पर थांब... थांब जास्पर”– त्या मुलाच्या खांद्यावर हात ठेवत शौझियाने जास्परला शांत केलं. ती त्या मुलाला म्हणाली,

“जा, आता लाव त्याला हात. जास्परला कळलंय आता, की तू माझा मित्र आहेस म्हणून. तो काही नाही करणार आता तुला.”

तो मुलगा घाबरत घाबरत कसाबसा पुढे झाला, तर जास्परने प्रेमाने त्याचा हात चाटला आणि चक्क शेपटी हलवली.

“काल रात्री मी एका बोळकंडीत झोपलो होतो. तिथे काही माणसं माझ्यावर हल्ला करायला आली. पण जास्परनं पिटाळून लावलं सगळ्यांना; म्हणून वाचलो मी. ”– शौझिया सांगत होती.

“ए ऽऽ तुझा कुत्रा आमचा पण मित्र होईल का रे?” लकाकत्या डोळ्यांच्या त्या छोट्या मुलीने शौझियाला विचारलं.

“नक्कीच. आवडेल त्याला. आवडेल नं जास्पर?” शौझियाने जास्परला जवळ घेतलं.

नवे मित्र मिळाल्याच्या आनंदात जास्पर आधीपासूनच इतक्या जोरजोरात

शेपटी हलवत होता; की आता नव्याने काय करावं तेच त्याला कळेना.

"माझं नाव झहीर."

थोड्या वेळापूर्वी शौझियाला ढकलून पाडणाऱ्या मुलाने स्वत:हून आपली ओळख करून दिली. उरलेल्या तिघा मुलांची नावं होती आझम, युसुफ आणि गुलाम.

छोट्या मुलीचं नाव होतं लुली.

"आणि मी, शफी" – शौझियाने आपलं मुलाचं नाव सांगितलं

"तुझ्यावर हल्ला करायला आले होते ना, तशाच माणसांनी परवा रात्री माझ्या एका मित्राला पळवून नेलं." झहीर सांगत होता,

" त्या माणसांनी माझ्या मित्राला कोंडून ठेवलं, मग त्याच्या पोटातला कसला तरी गोळा कापून घेतला आणि मग दिलं सोडून त्याला."

"ई ऽऽऽ मग? मग काय झालं? जगला का तो?" – शौझियाचा थरकाप उडाला होता.

"त्याला सोडलं तेव्हा होता जिवंत." झहीर म्हणाला.

"पण दुसऱ्या दिवशी मेला लगेच."युसुफने सांगून टाकलं.

"तुला बघायचंय ना माझ्या पिशवीत? हे बघ..." झहीर म्हणाला.

निळ्या प्लॅस्टिकच्या पिशवीत शौझियाने डोकावून पाहिलं.

आत पुठ्ठे होते. शिवाय जुन्या वर्तमानपत्रांची रद्दी, डबे, बाटल्या.

"आम्ही हे सगळं भंगार बाजारात नेऊन विकतो." – झहीर म्हणाला.

"सगळं नाही. ज्याचा जाळ होईल अशा वस्तू ठेवतो आम्ही. त्या घरी नेल्या की चूल येते ना पेटवता."– गुलामने माहिती पुरवली.

"म्हणजे तुम्हाला घर पण आहे इथे? कोण कोण असतं घरी तुमच्या?" शौझियाचे डोळे लकाकले.

"फक्त गुलाम आणि लुलीला घर आहे," झहीर म्हणाला, "ते दोघं त्यांच्या काकाच्या घरी राहतात. आम्ही असेच. रस्त्यावर राहतो."

"मी पण. रस्त्यावरच..." शौझिया म्हणाली, "तुम्हाला कचरा वेचून किती पैसे मिळतात रोज?"

"कधी पाच रुपये मिळतात. कधी दहा. तुला आवडलं तर ये तू पण आमच्याबरोबर."

मुलांचा घोळका रोजच्या उद्योगाकडे वळला.

शौझियाही त्यांच्याबरोबर कचरा वेचायला गेली. तिला वाटत होतं, हे असलं काम करण्यापेक्षा दुकानात झाडलोट करून पैसे मिळवणं परवडलं.

इतरांनी फेकलेल्या कचऱ्याचे ढीग उसकणं सुरू झालं.

शौझिया पायानेच जरा इकडे तिकडे करून काही मिळतं का पाहत होती.

"तसं नाही, तसं नाही"– लुलीने पटकन पुढे होत; हाताने चिवडून कचरा कसा वेचावा ते शौझियाला शिकवलं.

"पायाने कशा मिळणार तुला बाटल्या?"– दुकानदाराने कचऱ्यात फेकलेले आइस्क्रीमचे रिकामे कोन चघळत लुली तिच्या मदतीला धावली. कचऱ्याच्या ढिगात हात घालून ओला चिकट कचरा उचकटण्याचं काम सुरूच होतं.

कचऱ्याची घाण सुटली होती.

माश्या घोंघावत होत्या.

पण अंगाला घाणेरडा वास मारणाऱ्या मेंढ्यांबरोबर इतके दिवस रहिल्याने शौझियाला सवय होती घाणीची... आणि माश्यांचीसुद्धा.

प्लॅस्टिकच्या पिशवीत भरून फेकलेला कचरा जमिनीवर ओतून त्यातल्या काचा, पत्रे, कागद, प्लॅस्टिक जमवणं शौझियाला फार अवघड गेलं नाही. मिळालेल्या सर्व वस्तू तिने लुलीच्या खांद्यावरल्या पिशवीत भरल्या.

उद्या गावात जाऊन नेहमीसारखी कामं शोधू असं शौझियाने स्वत:शीच ठरवलं. पण आज मात्र इतर मुलांबरोबर कचऱ्यात फिरणं, त्यांच्याशी गप्पा मारणं तिला फार आवडत होतं.

जास्परही मजेत होता.

कचऱ्याचे ढीग हुंगून हुंगून त्याने आपल्या तीक्ष्ण नाकाने छोटी-मोठी हाडकं बरोबर हुडकून काढली.

शौझियालाही कागद मिळाले. जुन्या मोडक्या खोक्याची फळकुटं मिळाली, मसाल्याची एक रिकामी बरणी आणि चक्क बिस्किटाचं चित्र असलेला एक पुठ्ठ्याचा खोका.

– तिने उत्सुकतेने खोका उघडून पहिला,

आणि क्षणात तिच्या चेहेऱ्यावर आनंद फुलला.

– त्या खोक्यात आठ-दहा छोटी छोटी बिस्किटं शिल्लक होती.

"ए ऽऽ हे पाहा गंमतऽऽ... खायला मिळाली मला बिस्किटं."

शौझिया न राहवून आनंदाने ओरडली आणि पुढच्याच क्षणी ओल्या कचऱ्यात सपशेल उताणी पडली. "खायला जे जे मिळतं ते आधी मला द्यायचं असतं... कळलं?" – तिला काही कळायच्या आत तिच्या हातातल्या बिस्किटांवर झडप घातलेल्या झहीरने धक्का देऊन; एका फटक्यात शौझियाला उताणी पाडली होती.

आणि बिस्किटांचा खोका हवेतल्या हवेत उंच धरून तो दुष्ट खदाखदा हसत होता.

हाडुक चघळत स्वस्थ बसलेला जास्पर एकदम खवळून झेपावला.

शौझियालाही राग आला होता.

पोटात कधीची पेटलेली भूक तिला गप्प बसू देईना.

पुढे होऊन तिने कसलाही विचार न करता रागाच्या भरात झहीरची गच्ची धरली.

बघता बघता भांडण पेटलं आणि दोघांची चांगलीच जुंपली. एकमेकांना धरून बुकलताना दोघंही पायाखालच्या कचऱ्यात आडवे पडले. त्या राडीत गडबडा लोळले. काय चाललंय ते न कळून संतापलेला जास्पर अखंड भुंकत होता.

या झटापटीत झहीरच्या हातून निसटून कचऱ्यात पडलेली बिस्किटं बाकीच्या पोरांनी भराभरा वेचली आणि मटकावली.

एकमेकांना बुकलून झहीर आणि शौझिया शेवटी दमले आणि थांबले. अंगावरचा कचरा झटकत त्यांची गुरगुर मात्र चालू होती.

"माझ्या हातातली वस्तू पुन्हा हिसकावून घ्यायला जाशील तर बघच." शौझियाने झहीरला दम भरला.

"तोंड वर करून बोलू नकोस." झहीरचाही राग धगधगतच होता अजून, "माझ्याशी गाठ आहे, याद राख."

ज्यासाठी भांडण, ती बिस्किटं कधीच इतरांनी गट्टम करून टाकली आहेत हे लक्षात येताच दोघांनी तह केला आणि पुन्हा कचरा वेचायला उकिरड्यात हात खुपसले.

संध्याकाळी उशिरा छोट्या युसुफला एक मोठ्ठी दोरी मिळाली. त्याने कचऱ्यात पडलेल्या प्लॅस्टिकच्या छोट्या पिशवीचं तोंड त्या दोरीनं बांधलं आणि वारा भरून फुगलेली पिशवी उंच आकाशात पतंगासारखी उडवत तो गोल गोल धावत राहिला.

निळ्या आकाशात उंच भराऱ्या घेत उडणारा तो प्लॅस्टिकचा पक्षी शौझियाला फार आवडला.

... ती भान विसरून पाहतच राहिली.

उन्हं उतरून रात्र पडायला आली.

छोट्या लुलीने धावत येऊन जास्परला मिठी घातली.

"अच्छा ऽऽ आम्ही निघालो घरी, जास्पर.!"

गुलामचा हात धरून घरी निघालेल्या लुलीकडे शौझिया डोळे भरून पाहत राहिली. गुलामने धाकट्या बहिणीची पिशवी आपल्या खांद्यावर टाकली होती आणि तो तिला नीट सांभाळून नेत होता.

बाकीची मुलंही आपापल्या पिशव्या सावरत मुक्कामाकडे निघाली.

"तू येणारेस आमच्याबरोबर?"– झहीरने मागे वळून पाहत शौझियाला विचारलं, "तुला तुझ्या मोठ्ठ्या कामावर नसलं जायचं तर चल."

सगळे हसले.

शौझियाला खरंतर रागच आला होता, पण ती काही बोलली नाही.

तिने एकवार जास्परकडे पाहिलं.

क्षणभर विचार केला.

... पुढच्याच क्षणी बेफिकीरपणे खांदे उडवत तीही त्या मुलांच्या मागोमाग निघाली.

वाटेत मिळेल ते वेचत, कचरा चिवडत ती टोळी अख्ख्या पेशावरमध्ये फिरली. वाटेत भेटणाऱ्या एकट्या–दुकट्या माणसांच्या अंगावर चालून जायचं आणि ती माणसं घाबरून पळाली, की हसत सुटायचं असंही चाललंच होतं. शौझियाला असलं काही करण्याची हिंमत झाली नाही, पण सगळ्यांबरोबर तिला मजा मात्र वाटत होती.

रात्र झाली.

अंधार पडला तेव्हा हजारों दिव्यांनी लखलखणाऱ्या एका मोठ्या श्रीमंती हॉटेलच्या समोर ते उभे होते.

शौझिया डोळे विस्फारून समोरचं दृश्य पाहतच राहिली. क्षणभर तिचा विश्वासच बसेना.

"हे काय आहे? राजवाडा?"

– तिने कुतूहलाने विचारले.

तेवढ्यात झहीरने तिचा हात धरून तिला खाली खेचलं.

एकसारख्या कापलेल्या हिरव्या झुडूपाआड सगळी मुलं दबा धरून बसली.

रस्त्यापलीकडे पांढरा शुभ्र राजवाडा, हजारों दिव्यांच्या प्रकाशात नुसता न्हाऊन निघाला होता. डौलदार वळण घेत खालून वर जाणाऱ्या रस्त्यावर श्रीमंती गाड्यांची रांग लागली होती. रस्त्याच्या दोन्ही बाजूंनी उभारलेल्या मोठ्ठ्या फुलदाण्यांमधून ओसंडणाऱ्या फुलांचे नानाविध रंग बघून शौझियाला श्वास घेणंसुद्धा सुचेना. अत्यंत श्रीमंती कपडे घातलेला एक माणूस आत येणाऱ्या माणसांना सलाम ठोकत दाराशी अदबीने उभा होता–

"हे हॉटेल आहे, मूर्ख!" झहीरने शौझियाच्या डोक्यात टपली हाणली, "पाहिलं नाहीस का कधी हॉटेल काय असतं ते?"

"पाहिलंय ना. खूप हॉटेलं पाहिलीत मी."

शौझियाने थाप ठोकली.

खरं म्हणजे असलं काहीसुद्धा तिने अफगाणिस्तानात कधीच पाहिलं नव्हतं.

"पण आपण कशाला आलोय इथे?"– जमिनीवर टेकलेले शौझियाचे गुडघे, दगड टोचून टोचून बधिर होत आले होते.

"त्या तिकडच्या खोलीतले लाईट दिसतात तुला?" हॉटेलच्या उजव्या कोपऱ्यात रोषणाईने झगमगणाऱ्या हॉलकडे बोट दाखवत झहीर म्हणाला, "तिथे इतके लाईट दिसतात म्हणजे आज या हॉटेलात खूप मोठ्ठी पार्टी असणार."

"मग?"

"मग काय मग? पार्टीतल्या लोकांनी टाकून दिलेले पदार्थ न्यायला आलोय आपण इथे. भूक नाही लागली तुला?"

– झहीर वैतागलाच.

तोवर भुकेल्या शौझियाच्या तोंडाला चांगलंच पाणी सुटलं होतं.

मुलांनी आपापल्या पाठीवरल्या कचऱ्याच्या पिशव्या तिथेच झुडपात लपवल्या आणि आडोशा आडोशाने सारे हॉटेलच्या मागच्या दाराशी पोचले.

आत एकच गडबड उडाली होती.

भांड्यांचे आवाज येत होते.

तऱ्हेतऱ्हेच्या पदार्थांचा नुसता घमघमाट सुटला होता.

शौझियाच्या पोटातली खवळलेली भूक आता अगदी असह्य झाली होती.

तेवढ्यात मागचं दार सताड उघडलं.

शुभ्र गणवेश घातलेले हॉटेलातले नोकर मोठ्या मोठ्या जड टोपल्या घेऊन घाईघाईत बाहेर आले. मागच्या कुंपणाशी टोपल्या ठेवल्या आणि त्यावर मोठेमोठे दगड रचले.

"असं का करतात ते?"

– शौझिया रडवेली झाली.

"आपण उचकटू नये ना त्यांचं अन्न, म्हणून." झहीर रागाने म्हणाला, "आता बघच आपण काय गंमत करतो ते."

टोपल्यांवर दगड रचून पांढऱ्या कपड्यातली ती माणसं घाईघाईने पुढल्या कामाला निघून गेली.

बाकीच्या मुलांबरोबर कुंपणाखालून सरपटत शौझिया त्या टोपल्यांपाशी पोचली. सरपटताना आणखी दगड बोचले पण शौझियाने हूं की चूं केलं नाही. जास्परही बरोबर होताच. पण त्यानेही शहाण्यासारखं वागायचं ठरवलं असावं. तो एकदासुद्धा भुंकला नाही.

झहीर आणि त्याच्या मित्रांनी आवाज न करता टोपल्यांवर रचलेले दगड दूर केले. हळूच टोपल्या उघडल्या. पार्टीतल्या लोकांनी ताटात टाकून दिलेलं खरकटं, नॅपकीन्सच्या कागदी बोळ्यांसकट त्या टोपल्यांमध्ये खचाखच भरलं होतं. मुलांनी

भराभर सगळ्या टोपल्यांवर हात मारायला सुरुवात केली. वरवरचा कचरा बाजूला केल्यावर आत ताज्या भाताची गारढोण डिखळं मिळाली आणि थोडंसं मांस-मसाला चिकटलेली कोंबडीच्या रश्श्यातली हाडं.

शौझियाने हाडांना चिकटलेले मांसाचे गोळे उचकटून आधी जास्परला खाऊ घातलं. त्यानेही तो मसालेदार कचरा हुंगून चांगलीच मेजवानी झोडायला सुरुवात केली होती.

शौझियाला मात्र इतर मुलांच्या वेगाने भराभर बकाणे भरणं जमेना.

तरीही मटणाचे शेलके तुकडे, मटण पॅटिसच्या कडा, तेल-मसाल्यात भिजलेले बटाट्याचे काप-जे मिळेल ते, तिने पटापट तोंडात कोंबायला सुरुवात केली. एका हाताने कचरा चिवडायचा आणि दुसऱ्या हाताने पटापट तोबरे भरायचे. किती खाऊ न् किती नको असं तिला झालं होतं. पालकाच्या भाजीत भिजलेला भाताचा घास खाता खाता; अचानक अर्धवट जळलेलं एक सिगारेटचं थोटुक शौझियाच्या तोंडात आलं. पण जीभेने घास वेगळा करत तेवढं थोटुक थुंकून शौझियाने खाणं सुरूच ठेवलं.

कुणी कुणाशी बोलत नव्हतं.

समोर आलेल्या कचऱ्यातल्या खरकट्यावर सारे जण भुकेल्या पोटाने अक्षरश: तुटून पडले होते.

"ए ऽऽ चले जाव... चले जाव... हम पुलीसको बुलाएंगे."

हॉटेलच्या मागच्या दारात उभा राहिलेला दारवान मोठमोठ्याने हातवारे करत पोरांना हुसकायला धावला.

शौझिया घाबरून मागे वळणार एवढ्यात बाकीची पोरं दुप्पट आरडाओरडा करत त्या दारवानावर तुटून पडली.

खरकट्यातली हाडं, कचरा आणि टोपलीतल्या राड्याचे ओले गोळे फेकत पोरांनी हॉटेलच्या कामगारांवर जोराचा हल्ला चढवला. शौझिया आधी आश्चर्याने पाहतच राहिली... मग धीर एकवटून तिनेही अन्नावरून हुसकणाऱ्या दारवानाच्या अंगावर चिखल फेकायला सुरुवात केली. सारे कामगार जीव खाऊन पळाले.

मोठ्ठ्याने आरडाओरडा करत अशी फेकाफेक करताना खूपच मजा आली. याआधी आपण इतक्या जोराने कधी ओरडलो होतो, हेच शौझियाला आठवेना. मेंढपाळांबरोबर राहताना तिला ओरडता येत नसे, कारण थोड्याशा मोठ्ठ्या आवाजाने-सुद्धा त्या मूर्ख मेंढ्या घाबरत. काबूलमध्ये असताना तर ओरडायला काही संधीच नव्हती. साध्या कपड्यात फिरणाऱ्या कुणा तालिबानी सैनिकाने पकडलं आणि आपण 'मुलगा' नसून 'मुलगी' आहोत; हे त्याच्या लक्षात आलं म्हणजे?

– पण आज मात्र कुणाची भीती बाळगण्याची गरज नव्हती.

शौझिया बेंबीच्या देठापासून ओरडली.

मोठमोठ्याने ओरडली.

खूप दिवसांनी तिला अशी मजा करायला मिळत होती.

तेवढ्यात मागच्या दाराने आत पळालेले हॉटेलचे कामगार ताटं आणि पराती घेऊन पुन्हा मुलांच्या दिशेने धावले. सुरक्षा रक्षकांची फौजही हातातल्या बंदुका उगारत पुढे घुसताना दिसत होती.

मुलांनी धोका ओळखला.

आणि क्षणात धूम ठोकली.

बंदुका घेऊन धावणाऱ्या त्या मोठ्या मोठ्या शिपायांना गुंगारा देऊन मुलं सुखरूप निसटली.

गडबड शांत झाल्यावर मुलांनी झुडपात लपवलेल्या आपापल्या पिशव्या उचलल्या आणि भरल्यापोटी सारे निघाले.

रात्री झोपण्यापुरती जागा शोधून काढली.

त्या रात्री शौझिया सगळ्यांबरोबरच राहिली. अंधाऱ्या, कुबट बोळकंडीत एकमेकांच्या आधाराने मुलं शांत झोपली.

शौझिया आणि तिच्या मित्रांची राखण करत जास्पर रात्रभर जागा होता.

◆

सहा

हरतऱ्हेच्या वस्तूंनी खचाखच भरलेलं मोठ्ठं दुकान.

श्रीमंती थाटामाटाचं.

दुतर्फा मांडलेल्या चकचकीत मांडण्यांमधून ओसंडून वाहणाऱ्या वस्तूंकडे भुकेल्या नजरेने पाहत शौझिया कधीची उभी होती. कुणाचं लक्ष नाहीसं पाहून काही पाकिटांवरून, डबे-बरण्या आणि पुड्यांवरून तिने पटकन हातही फिरवून घेतला. सगळ्या वेष्टनांवर सुंदर सुंदर चित्रं होती. केक्स, चॉकलेटच्या रॅपरमध्ये दडलेली बिस्किटं, खारवलेलं मांस, तऱ्हेतऱ्हेचं चीज – इतक्या सुंदर, देखण्या असतात खाण्याच्या वस्तू? शौझियाने याआधी चित्रातसुद्धा असलं काही पाहिलेलं नव्हतं.

केवढ्या वस्तू!

पाहावं तिकडून ओसंडतच होतं काही ना काही.

आपण घेतली यातली दोन-चार पाकिटं तर कुणाचं काय बिघडणारेय? – शौझियाच्या मनात आलं– इतक्या वस्तू आहेत दुकानात!

बाहेरून माशाचं चित्र असलेल्या एका डब्यावर हात फिरवताना तर शौझियाच्या तोंडाला पाणीच सुटलं... हा डबा उचलून पटकन टाकला आपल्या पिशवीत तर...?

"आ गया फिरसे?"

जोरात खेकसत कुणीतरी मागून तिच्यावर झडपच घातली.

त्या बळकट पंज्याखाली दबलेला शौझियाचा उजवा खांदा दुखावला. ती

कळवळलीच.

''लाज नाही वाटत? कितीदा हाकललं दुकानातून तरी परत येतोस तडमडत? फिरसे दिख गया यहाँ... तो तंगडं मोडून ठेवीन आणि पोलिसाच्या ताब्यात देईन... कळलं?''

– दुकानातल्या त्या दुष्ट रखवालदाराने शौझियाची बखोटी धरून पुढल्या दारातून तिला बाहेर फेकलं. बाहेर तापलेल्या रस्त्यावरच्या धुळीत शौझिया आपटलीच एकदम!

पेशावरमध्ये ऊन चांगलंच तापलं होतं. इतकं, की तिच्या डोळ्यांसमोर अंधारीच आली.

दुकानात इतकं गार गार होतं... शौझियाला वाटलं, गारेगार बर्फच पसरलाय की काय आसपास.

आणि बाहेर तर भट्टीच धगधगलेली.

हाताची कोपरं, गुडघे–सगळीकडेच खरचटलं होतं. पण अपमानाच्या आगीत होरपळणाऱ्या शौझियाला गुडघ्यावर फुटलेल्या रक्ताकडे लक्ष द्यायला वेळच कुठे होता?

अपमानांचा बदला. भुकेल्या पोटाला कशी परवडली असती ही चैन?

ती लगेच उठली आणि जाणाऱ्या-येणाऱ्या लोकांसाठी आपोआप उघडमीट करणाऱ्या दुकानाच्या दरवाजासमोर जाऊन उभी राहिली. क्षणभरासाठी दरवाजा उघडला की तेवढ्यापुरती आतल्या गार हवेची एक झुळूक तरंगत बाहेर येई, तेवढाच गारवा!

दूर अर्धवट सावलीच्या एका कोपऱ्यात जास्पर धपापत बसला होता. पेशावरचं ऊन सहन न होऊन त्याच्या लपापत्या जीभेवरून अखंड लाळ गळत होती. दुकानातून कुणीतरी शौझियाला ढकलून देतंय हे बघताना, खरंतर जास्परचा राग अनावर झाला होता. पण उन्हाने हरमळलेल्या त्याच्या हैराण शरीरातून बारीकशी भुंक उमटली तेवढीच.

शौझियाकडे तर सावली शोधून निवांत बसण्याइतकासुद्धा वेळ नव्हता. दुकानातून बाहेर पडणाऱ्या लोकांकडे भीक मागायची; तर उन्हाने तापलेल्या रस्त्यावरच उभं राहणं भाग होतं.

''कुछ दे दो... दो दिनसे खाया नही कुछ.''

खरेदीच्या पिशव्या सावरत बाहेर पडणाऱ्या एका श्रीमंत पुरुषासमोर शौझियाने हात पसरला. त्याने तिच्याकडे ढुंकूनसुद्धा पाहिलं नाही. तो जसा आला, तसाच उर्मटपणे आपल्या श्रीमंती गाडीत जाऊन बसला.

त्या माणसाच्या मागून आलेल्या एका दयाळू बाईने मात्र दोन रुपयांची मळकी,

चुरगळलेली नोट शौझियाच्या हातावर टेकवली.

दिवसभर भीक मागून शौझियाकडे चार रुपये जमले होते... आता एकूण सहा झाले.

"मला हे अजिबात नाही आवडत, जास्पर"

– शेपटी हलवत जवळ आलेल्या जास्परकडे पाहताना शौझियाच्या डोळ्यांत पाणीच आलं एकदम.

"ज्यांना आपल्याकडे ढुंकून पाहायलासुद्धा वेळ नाही अशा लोकांच्या मागे अजिजी करत फिरायचं, त्यांच्यापुढे हात पसरायचे. का म्हणून? का म्हणून या उर्मट माणसांचे पाय धरायचे आपण? आता जो कुणी येईल ना दुकानातून बाहेर; त्याची बघ मी गच्चीच धरते जाऊन. बघतेच कसा नाही देत पैसे ते! हिसकावूनच घेईन त्याच्या खिशातल्या नोटा."

– जास्परने डोळे फिरवले आणि एक जांभई दिली.

चिडलेल्या शौझियाचं हे भाषण आजवर त्याने सतरा वेळा तरी ऐकलं होतं.

शौझियाच्या थकल्या नजरेसमोर अजूनही दुकानात मांडून ठेवलेल्या सुंदर सुंदर वस्तू तरळत होत्या. केवढ्या महाग असतात त्या वस्तू! तरीही पिशव्या भरभरून खरेदी करतात माणसं; म्हणजे केवढा पैसा असणार त्यांच्याजवळ! त्यातला थोडा दिला त्यांनी गरीब मुलांना, तर काय बिघडेल? – शौझिया मनातल्या मनात गणितं घालत होती.

– पण सगळीच श्रीमंत माणसं स्वार्थी असतात फार. फक्त आपल्यापुरतं पाहतात.

शौझियाने किती जणांकडे काम मागितलं, काम नाही तर खायला मागितलं; पण बहुतेकांनी तिला हुसकावूनच लावलं होतं. खरंतर शौझियाला भीक मागणं अजिबात आवडत नसे. तिला काम करून पैसे मिळवायचे होते.

... पण तिच्यासाठी कामही नव्हतं कुणाकडे.

– तेवढ्यात रस्त्याच्या पलीकडे उभ्या राहिलेल्या पांढऱ्या गाडीतून एक इंग्लिश जोडपं उतरताना शौझियाला दिसलं. सोबत दोन मुलंही होती. चौघंही रस्ता ओलांडून त्या महागड्या दुकानात शिरणार, तोच शौझियाने त्यांना वाटेतच गाठलं, आणि त्यांच्यापुढे हात पसरले.

"लुक ॲट द डॉग ऽऽ"

– त्यातला एक मुलगा अत्यानंदाने उड्या मारीत जास्परच्या मागे धावला. खूश झालेला जास्पर शेपटी हलवत या नव्या मित्राभोवती उड्या मारू लागला. तशी ती इंग्लिश स्त्री घाबरून किंचाळली.

"केअरफुल, बॉईज. यु डोन्ट नो धिस डॉग."

वडिलांनी आपल्या दोन्ही मुलांना मागे ओढलं.

इंग्लिश.

ही माणसं जी भाषा बोलतात; ती आपल्या ओळखीची आहे– शौझियाच्या डोक्यात एकदम काहीतरी चमकलं. शाळेत आपण शिकलो होतो ही भाषा! क्षणभर डोकं खाजवून शौझिया म्हणाली,

"ही इज माय डॉग. हिज नेम इज जास्पर."

– त्या इंग्लिश जोडप्याने शौझियाकडे लक्षच दिलं नाही. त्यांना दुकानात जायची घाई होती.

"आय नीड वर्क."

शौझियाने पुन्हा त्यांच्यासमोर हात पसरले.

काम नाही तर निदान भीक तरी मिळेल.

"यू स्पीक इंग्लिश व्हेरी वेल."

पर्समधून दहा रुपयांची नोट काढून शौझियाच्या हातावर ठेवताना त्या बाईला कौतुकाने हसू फुटलं होतं.

"कम बॉइज्, लेटस् गो इनसाईड."

चौघंही घाईघाईने दुकानात शिरले.

शौझिया खूश झाली.

दहा रुपयांची नवी कोरी सुगंधी नोट तिने नीट जपून खिशात ठेवली.

खरेदी आटपून बाहेर पडताच ते दोन्ही मुलगे पुन्हा आनंदाने उड्या मारीत जास्परकडे धावले.

"कॅन वी टेक हिम होम विथ अस, मॉमी?"

त्यातल्या एकाला जास्पर फारच आवडला होता.

"ही बिलाँग्ज टु धिस बॉय." मॉमीने समजूत घालण्याचा प्रयत्न केला खरा, पण तो मुलगा जास्परला चिकटलाच. इतका घट्ट, की गुदमरलेल्या जास्परलाच शेवटी स्वत:ची सुटका करून घ्यावी लागली.

मुलांचं हे प्रेम बघून त्यांच्या डॅडींनी आणखी एक दहा रुपयांची नोट शौझियाच्या हातात टेकवत म्हटलं,

"बाय सम फूड फॉर युवर डॉग."

– शौझियाने 'थँक्यू' म्हणायच्या आत ते चौघं रस्त्यापलीकडे उभ्या केलेल्या गाडीत जाऊन बसले; आणि गाडी भुर्रकन् गेलीसुद्धा.

शौझिया आणि जास्पर दिवसभर त्या दुकानाबाहेरच भीक मागत उभे होते, पण नंतर काही फारशी कमाई झाली नाही.

संध्याकाळी उन्हं उतरल्यावर शौझियाने रस्त्याकडेच्या हातगाडीवर जाऊन मटण पॅटिस विकत घेतले. नानची छोटी लादी घेतली. जास्परला खाऊ घातलं.

स्वत: थोडंसं खाल्लं आणि ती बाकीच्या मुलांकडे गेली.

जुन्या ख्रिश्चन दफनभूमीत सगळ्या मुलांनी आपला अड्डा बनवला होता. एकतर दिवसभर तिथे गार सावली असे आणि जमिनीवर भरपूर गवत वाढलं होतं, त्यामुळे रात्री झोपताना फारसे खडे बोचत नसत. कुठल्यातरी युद्धात भारतीय सैनिकांना ठार मारता मारता स्वत: मेलेल्या ब्रिटिश सोल्जरांच्या नावाचे दगड जिकडे तिकडे पुरलेले होते. ही कुठली लढाई, त्यात कोण कुणाशी आणि का भांडलं, यातलं काहीच शौझियानं कधी ऐकलंसुद्धा नव्हतं.

''आज किती मिळाले पैसे?''

– झहीरने विचारलं.

शौझियाने हातातली नानची अर्धी लादी दाखवली आणि उरलेले मटण पॅटिस. दिवसभरात पैसे किती मिळाले, ते मात्र तिने मुद्दामच सांगितलं नाही.

एका मुलाने म्हाताऱ्या हातगाडीवाल्याची नजर चुकवून संत्री चोरून आणली होती. सगळ्यांनी एकत्र बसून खाल्लं. झहीरने नेहमीप्रमाणे दादागिरी करून इतर मुलांच्या पुढ्यातलं अन्न हिसकावून घेतलं. तो शौझियाच्या वाटेला मात्र गेला नाही.

''मी येऊ का तुमच्यात?''

– तारेच्या कुंपणापलीकडे उभा राहून एक छोटा मुलगा विचारत होता. पायाशी निळ्या रंगाचं मोठं पोतं.

''आ जाव... आ जाव...''– झहीर पटकन उठून नव्या 'पाहुण्या'च्या स्वागताला पुढे झाला.

– आता काय होणार, ते शौझियाला स्पष्टच दिसत होतं.

''तुझं सामान आत टाक आधी''– झहीर म्हणाला, ''म्हणजे मग चढता येईल तुला कुंपणावरून.''

– खूश झालेल्या त्या मुलाने आपलं पोतं आत फेकलं.

झहीर हात पसरून उभाच होता.

त्याने त्या मुलाला कुंपणावर चढू दिलं आणि पलीकडून अलीकडे पाय टाकणार तोच त्याला इतक्या जोराने मागे ढकललं, की तो मागच्या मागे फेकला गेला आणि पाठीवर दाणकन् आपटला. धडपडत उठून त्याने पुन्हा प्रयत्न केला; पण आता काही उपयोग नव्हता. दिवसभर फिरून जमवलेलं त्याचं सगळं भंगार झहीरने हिसकावून घेतलं होतं.

– सगळी पोरं झहीरच्या हातातल्या पोत्यावर तुटून पडली.

चोरलेल्या भंगाराचं वाटप चालू असताना शौझिया शांत बसून होती.

खरंतर तिला झहीरचा राग आला होता, 'त्या' मुलाचा माल चोरणं योग्य नाही असं वाटत होतं; पण तिने ना झहीरशी भांडण केलं, ना ती 'त्या' मुलाच्या

मदतीला धावली.

... तिला आता आणखी डोकेदुखी नको होती.

समजा, 'त्या' मुलाला सोडवलं झहीरच्या तावडीतून, तर नंतर कोण सांभाळणार त्याला? ही असली लटांबरं लावून घेतली मागे, तर मग फ्रान्सला कसं जाणार? कधी जाणार?

''मी घेतेच ना माझी काळजी. तो मुलगाही शिकेलच शहाणपण आज ना उद्या.''

शौझियाने जास्परची– खरंतर स्वत:च्याच मनाची समजून घातली.

आणि थडग्यांवर रोवलेल्या क्रॉसच्या गर्दीत जास्परच्या सोबतीने शौझिया शांत झोपून गेली.

रोज सकाळी लवकर उठून कामाच्या शोधात बाहेर पडणं आता शौझियाच्या सवयीचं झालं होतं.

कधी कधी ती जास्परला सोबत घेऊन जाई. पण पेशावरमध्ये ऊन तापायला लागल्यापासून ती जास्परला स्मशानातल्या सावलीतच ठेवून जाई. शेजारी जुन्या चर्चच्या दारात सर्वांसाठी खुला असा पाण्याचा नळ होता. तिथून मोठा वाडगाभर पाणी ती जास्परच्या पुढ्यात ठेवी आणि कामाला बाहेर पडे. काम शोधायचं तर सदर बाजारात जावं लागे. तिथून मग अख्ख्या शहराची भ्रमंती.

पेशावरमध्ये फिरून फिरून तिला शहराचा काना न् कोपरा ठाऊक झाला होता. कुठे गेलं म्हणजे काम मिळतं, संध्याकाळी बाजार बंद होताना कुठले दुकानदार/हॉटेलवाले भिकाऱ्यांना उरलेलं अन्न वाटतात आणि कुठल्या बड्या हॉटेलांच्या खरकटं भरलेल्या टोपल्या कुठे ठेवलेल्या असतात, हे सगळं शौझियाला माहीत झालं होतं. सार्वजनिक उपयोगाचे पाण्याचे नळ, आंघोळ करता येईल, कपडे धुता येतील अशा जागाही तिने शोधून काढल्या होत्या. दुपारी सूर्य आग ओकू लागला, की त्या टळटळीत उन्हात कोणत्या बागेत तासभर सावली शोधता येते आणि कोणत्या बागेतले रखवालदार आत पाऊल टाकण्याआधीच हुसकून लावतात, हेही तिला माहीत होतं.

एखाद्या दिवशी तिचं नशीब फारच जोरावर असलं तर काम मिळे.

नाहीतर मग येणाऱ्या-जाणाऱ्यापुढे हात पसरून दिवसभर भीक मागायची.

– रोज थोडे ना थोडे पैसे मिळतच.

थेंब थेंब करून आता छोटसं का असेना, पण तळं साचत आलं होतं.

''हे बघ जास्पर आपले पैसे. आता लवकरच जाऊ आपण फ्रान्सला.''

आजूबाजूला बाकीचे मुलगे नाहीत असं बघून एके दिवशी शौझियाने आपल्या

खिशातल्या नोटाचं पुडकं काढून जास्परसमोर धरलं.

जास्परने ते पैसे हुंगले.

आणि अत्यानंदाने शेपटी हलवली.

बाकी कुणी बघायच्या आत शौझियाने ते बंडल पटकन छोट्या पिशवीत ठेवलं आणि पिशवी शर्टाच्या आत कमरेला पक्की खोचली.

''या मुलांवर कसा विश्वास ठेवायचा आपण?''–ती जास्परला सांगत होती, ''त्या सगळ्यांना कायम भूक लागलेली असते एवढंच ठाऊकेय मला आणि भुकेल्या माणसांवर कध्धी विश्वास ठेवू नये या जगात. त्यांना कळलं की माझ्याजवळ इतके पैसे आहेत; नक्की चोरतील ते. त्यांच्याजवळ आहेत पैसे असं समजा मला कळलं, तरी मी नाही का चोरणार? चोरीनच बहुतेक!''

ती म्हणाली,

आणि स्वत:चीच लाज वाटून गप्प बसली.

गेले पुष्कळ दिवस शौझिया त्या मुलांच्या टोळक्यात राहत होती. काही मुलं सोडून गेली, काही नवी आली. शौझियाला तर त्यातल्या अनेकांची नावंसुद्धा ठाऊक नसत. कुणी स्वत:बद्दल काही सांगतही नसे फारसं.

... काय सांगणार?

– होतं ते सगळं न सांगण्यासारखंच!''

''कुछ दे दो... भूख लगी है''

– हे एक वाक्य शौझियाच्या आता पक्कं तोंडात बसलं होतं. दरी, पश्तू, ऊर्दू, हिंदी आणि इंग्लिश– इतक्या भाषांमध्ये तिला भीक मागता येई.

''खरं तर भीक मागायची लाज वाटते मला, रागही येतो स्वत:चा; तरी दर रविवारी इथे यायला आवडतं.'' शौझिया जास्परला सांगत होती.

''इथे'' म्हणजे कुठे?

– तर जमरूद रस्त्यावरल्या 'चीफ बर्गर' नावाच्या हॉटेलसमोर. विद्यापीठाजवळच्या वसाहतीला लागून बरेच परदेशी लोक राहत. याच श्रीमंत वस्तीत 'चीफ बर्गर' होतं. दर रविवारी इथे मोठी गर्दी होई. रस्त्यावर उभं राहून एका खिडकीतून आपल्याला कोणते बर्गर हवे याची 'ऑर्डर' द्यायची आणि बर्गर तयार होईपर्यंत बाहेर रस्त्यावरच घोळक्या घोळक्यांनी गप्पा छाटायच्या अशी पद्धत होती. एकदा ऑर्डर दिली की, मग बराच वेळ लोकांना काही कामच नसे. मग बरेच लोक जास्परशी खेळायला येत. एव्हाना जास्पर सगळ्यांच्या ओळखीचा झाला होता आणि जास्परमुळे शौझिया.

'चीफ बर्गर'च्या मालकाचा जास्परवर फार जीव होता. तो नेहमी जास्परला

पाणी प्यायला देई आणि वरून मांस-मटण.

''लोकांचे बर्गर थोडे छोटे बनवीन फारतर, पण तू खा जास्पर''– तो नेहमी म्हणे आणि हसे.

दर रविवारी जास्परला पोटभर खायला मिळतं म्हणून शौझिया फार खूश होती. कधी कधी तिला वाटे, चीफ बर्गरच्या मालकाने आपल्यालाही एखादा बर्गर द्यावा.

– पण तिने कधी खायला मागितलं नाही.

आणि तिला कुणी विचारलंही नाही.

शेजारी चर्च होतं.

दर रविवारी लोक चर्चमध्ये जात, नंतर पिझ्झा-बर्गर खायला येत, जास्परच्या करामती पाहताना खिळून राहत.

नक्की कशामुळे कोण जाणे, पण दर रविवारी शौझियाला घसघशीत कमाई होई एवढं मात्र खरं! कधी कधी तर दिवसभर काम करूनसुद्धा मिळणार नाहीत एवढे पैसे मिळत.

'चीफ बर्गर'मध्ये दर रविवारी न चुकता येणाऱ्या कित्येक लोकांशी शौझियाची तोंडओळख झाली होती. तेही शौझियाला– आणि तिच्यापेक्षा जास्त जास्परला ओळखू लागले होते. जो येई तो जास्परला पहिल्यांदा 'हॅलोऽऽ' म्हणे. अनेक जण तर शौझियाकडे पाहतसुद्धा नसत.

शौझियाला वाटे, जास्परच्या करामतींवर खूश होऊन हे लोक आपल्याला पैसे देतात, कधीतरी एखादा पिझ्झा द्यायला काय हरकत आहे?– पण कुणीच कधीच तिला खायला देत नसे. 'त्या' महागड्या दुकानासमोर भेटलेलं इंग्लिश कुटुंब दर रविवारी चर्चमध्ये आणि नंतर पिझ्झा खायला 'चीफ बर्गर'मध्ये येई. पण नेहमी भेटणाऱ्या त्या बाईनंही कधी शौझियाला पिझ्झा/बर्गर देऊ केला नाही. त्यांची दोन्ही मुलं जास्परशी भरपूर खेळत. घरी जायची वेळ झाली तरी त्यांना जास्परला सोडून अजिबात जायचं नसे.

एका रविवारी शौझिया 'चीफ बर्गर' समोरच्या घोळक्यात उभी होती.

भीक मागत होती.

''क्या चाहिये तुमको? पैसा चाहिये?''– एका माणसाने तिच्याजवळ येत विचारलं.

शौझियाचा आपल्या कानांवर विश्वासच बसेना.

ही इतकी मोठी माणसं– इतके मूर्ख प्रश्न कसे काय विचारतात?

''हां, चाहिये''– ती घाईघाईने म्हणाली. त्या दयाळू माणसासमोर हात पसरत

तिने नम्रपणे विचारलं, ''मला काम द्याल का काही? मला काम करून पैसे मिळवायचेत.''

त्या माणसाने खिशातून शंभर रुपयांची कोरी करकरीत नोट काढली आणि शौझियाच्या हातावर ठेवली.

आश्चर्याने विस्फारलेल्या आपल्या डोळ्यांची बुब्बुळं खाली पडतील की काय, असं शौझियाला झालं. ती हातातल्या नोटेकडे पाहतच राहिली. इतके मोठ्ठे पैसे तिने कधी पाहिलेच नव्हते.

''चल, चल माझ्याबरोबर.'' त्या माणसाने शौझियाचा हात खेचत तिला ओढलं, ''चल, मी तुला काम देईन आणि याहून खूप पैसे पण देईन.''

आनंदाच्या भरात शौझियाला काही सुचेना.

''मी खूप काम करीन. खूप वेळ करीन. चल... चल लवकर जास्पर.''

– जास्परच्या गळ्यातली दोरी धरायला ती वाकणार तेवढ्यात तो माणूस गुरकावला,

''राहू दे. कुत्रा राहू दे. तू चल.''

आता त्याने शौझियाचा खांदा पकडून तिला ढकलायला सुरुवात केली होती.

कसलातरी 'वास' आल्यासारखा जास्पर जोराने भुंकला.

त्याला गप्प करायला म्हणून शौझिया खाली वाकली, पण त्या माणसाने तिला वरच्या वर खेचून रस्त्याच्या कडेला उभ्या केलेल्या गाडीकडे ढकललं.

''थांबा... थांबा... माझा कुत्राऽऽ''

– शौझिया ओरडत होती. पण त्या माणसाने तिच्या खांद्यावरची पकड जास्तच मजबूत केली.

''दुखतंय मलाऽऽ''– आता शौझिया वेदनेने कळवळत होती. तिच्या आवाजातल्या आर्ततेने खवळलेला जास्पर त्या माणसाच्या अंगावर धावून गेला, पण 'त्याने' शौझियाला गाडीकडे ढकलणं काही सोडलं नाही.

''मला नको हे काम''– शौझिया जीव खाऊन ओरडत होती, ''मला नाही यायचं.''

हा तमाशा ऐकून भोवती गर्दी जमली.

गर्दी कसली म्हणून पोलीस आले.

''क्या है? क्या है?''– पोलिसांनी जोरजोराने गुरकावायला सुरुवात केली.

''या पोराने चोरी केली. शंभर रुपये चोरले. हरामी साला.'' शौझियाचं बखोट सोडून तिला ढकलून देत तो माणूस तुच्छतेने थुंकला.

''मी नाही चोरी केली. यानेच दिले मला पैसे.'' शौझिया किंचाळली, ''तोच मला त्याच्या गाडीपाशी ढकलत नेत होता. मला नाही जायचं या माणसाबरोबर.

मला नको त्याचं काम.''

''तलाशी लो''– तो माणूस म्हणाला, ''झडती घ्या. पाहा या हरामखोराच्या खिशात मिळतात की नाही शंभर रुपये ते.''

– तलाशी?

शौझिया घाबरली.

पोलिसांना अंगाला हात लावू देणं धोक्याचं होतं. त्यांनी कमरेला खोचलेल्या तिच्या पिशवीतले सगळे पैसे काढून घेतले असते.

शौझियाने मुकाट्याने शर्टाच्या खिशात हात घातला... शंभराची नोट काढून त्या माणसापुढे धरली.

''हे घे तुझे पैसे.''

– एका पोलिसानेच मधल्या मधे ती नोट खेचली. म्हणाला,

''सापडला पुरावा.''

त्यासरशी पोलिसांनी झडप घालून शौझियाला पकडलं.

– खवळलेल्या जास्परने थेट पोलिसांच्या अंगावरच झेप घेतली.

शौझिया जोरजोराने किंचाळत होती. स्वत:ला सोडवण्याचा प्रयत्न करत होती. पण पोलिसांपुढे तिचं काही चाललं नाही. त्यांनी आपल्या गाडीचं मागचं दार उघडलं आणि शौझियाची गठडी वळून तिचं मुटकुळं आत फेकलं.

गाडी सुरू झाली.

शौझियाने जाळीच्या खिडकीतून बाहेर पाहिलं– दोन पोलिसवाले जास्परच्या पेकाटात लाथा घालून त्याला बदडत होते.

त्याही परिस्थितीत शौझिया जिवाच्या कराराने उठली. तिने बंद दारावर आतून जोरजोरात धडका दिल्या.

पण...

शून्य!

तेवढ्यात गाडी चालू झाली.

डोळ्यात प्राण आणून शौझिया पाहत होती...

क्षणात जास्पर दिसेनासा झाला.

◆

सात

"खिसे दाखव... दिखाओ, जल्दीऽऽ"

– पोलीस स्टेशनच्या दारातच बसलेला एक रखवालदार शौझियाच्या अंगावर खेकसला.

शौझियाने दचकून आजूबाजूला पाहिलं.

जुनाट लाकडी टेबलांमागे बसलेले, उग्र चेहऱ्याचे मोठे मोठे पुरुष... डोक्यावर घरघरत फिरणारे जुने पंखे.

त्यातला एकही माणूस तिच्या मदतीला आला नाही. शौझियाला फारच परकं, एकटं वाटू लागलं.

"पण मी काय केलं? मी नाही चोरले त्या माणसाचे पैसे." पोलिसांनी आपल्या गाडीत तिचं मुटकुळं फेकलं, त्या क्षणापासून शौझिया हेच सांगत होती. पुन्हा पुन्हा कळवळून सांगत होती.

"खिसा दिखाव... दिखाव जल्दी"

त्या पोलिसाने पुन्हा हातातली लाठी शौझियासमोर आपटली.

आता इलाजच नव्हता उरला.

शौझियाने थरथरत्या हाताने शर्टाच्या खिशात ठेवलेली दिवसभराची कमाई काढली आणि त्या चुरगळलेल्या मळक्या नोटा मुकाट्याने टेबलावर ठेवल्या.

– त्या नोटांबरोबर घडी केलेला एक कागदही बाहेर आला.

उर्मट पोलिसाने ती घडी उघडून पाहिली.

... तर फ्रान्समधल्या जांभळ्या फुलांच्या शेताचा फोटो!

त्याने आश्चर्याने शौझियाकडे पाहिलं. गडगडाटी हसून आपल्या सहकाऱ्यांना तो कागद दाखवला आणि घडी करून पुन्हा तिच्या हातात ठेवला.

शौझियाला हायसं वाटलं.

तेवढ्यात त्या पोलिसाला शौझियाच्या गळ्याभोवतीची बारीक दोरी दिसली.

"ये क्या है?"

शौझियाच्या पायाखालची जमीन सरकली.

आपल्याला काही ऐकूच आलं नाही असं दाखवत शौझिया काही क्षण मख्ख उभी राहिली, पण त्याचा काही उपयोग नव्हता.

त्या पोलिसाने सरळ शौझियाच्या गळ्याशी हात घातला आणि दोरी खेचली.

– शौझियाने शर्टाच्या आतून कमरेला खोचलेली पैशांची पिशवी खसकन् उपसून आली.

पोलिसाने पिशवी उघडली आणि आत ठेवलेल्या सगळ्या नोटा भसाभस टेबलावर ओतल्या.

दिवसरात्र कष्ट करून, उपाशी राहून जमवलेल्या त्या नोटांच्या ढिगाकडे बघताना शौझियाचे डोळे टचकन् भरले. त्याच पैशांनी ती कराचीला जाणार होती... आणि तिथून जहाजाने फ्रान्सला!

तिच्या डोळ्यांचं पातं लवायच्या आत त्या पोलिसाने टेबलावरच्या ढिगावर आडवा हात मारला आणि शौझियाची कित्येक दिवसांची कमाई एका क्षणात टेबलाच्या खणात गडप झाली.

"माझे पैसेऽऽऽ"

– शौझिया जीव तोडून किंचाळली.

"काय?"

"पैसे. ते माझे पैसे आहेत. तू घेतलेसऽऽ"

"तळहाताएवढा नाहीस तू अजून आणि आले कुठून एवढे पैसे तुझ्याजवळ?" त्या लबाड पोलिसानं उलट शौझियालाच फैलावर घेतलं, "चोरटा साला. किती लोकांचे खिसे कापलेस? अं?"

शौझियाने उडी मारून टेबलाच्या खणावर झेप घेण्याचा प्रयत्न केला.

पण व्यर्थ.

टेबल तिच्यापेक्षाही उंच होतं,

आणि पोलीस मग्रूर.

त्यातल्या एकाने तिला उचललं, तिच्या दोन थोबाडीत लगावल्या.

... शौझियाच्या डोळ्यांपुढे अंधारी आली.

पुढच्या मिनिटाला तिला अंधाऱ्या कोठडीत फेकून दिलं गेलं.

शौझिया जमिनीवर आदळली.

पुढल्या क्षणी उठून उभी राहिली,

पण तोवर कोठडीचा दरवाजा बाहेरून बंद झाला होता.

लोखंडी गज... आणि गजांवरून हातातली काठी फिरवत तिला नव्याने धमकावणारा एक नवाच पोलिसवाला.

शौझियाने लोखंडी गज धरून दार धडधडवलं... दोन गजांमध्ये घुसून बाहेर निसटण्याचा प्रयत्न केला.

"पैसे परत द्या. माझे पैसे परत द्या. मी मिळवलेत ते. काम करून मिळवलेत."– गजांना धरून दार गदागदा हलवत शौझिया किंचाळत होती.

या आरडाओरडण्याने वैतागलेला पोलिसवाला रागावून वळला आणि गजांना घट्ट पकडलेल्या शौझियाच्या छोट्या बोटांवरच त्याने बाहेरून एक जोराचा फटका हाणला.

"चूप बैठो... नही तो खाना नही मिलेगा..."

पोलिसाने दम भरला.

"माझे पैसे... पैसे द्या परत"– शौझिया अखंड रडत–ओरडत–आक्रंदत होती.

"ओरडू नकोस. इथे कुणी नाही ऐकणार तुझं."

मागून आवाज आला.

शौझिया गर्रकन् वळली.

अख्खी कोठडी तिच्याच वयाच्या लहान लहान मुलांनी खच्चून भरली होती. काही मुलं तर तिच्यापेक्षाही लहान होती. कोठडीतल्या कुबट, ओल्या जमिनीवर सगळीजणं कोंडाळं करून बसलेली. जो तो शौझियाकडे पाहत होता.

"का नाही ओरडणार? त्यांनी पैसे लंपास केले माझे... इतक्या कष्टाने जमवले होते.."– न पेलवणाऱ्या रागाच्या भरात शौझियाने बंद दाराच्या गजांवर लाथ हाणली.

"ओरडू नको, कारण तू ओरडत राहिलास तर त्यांना राग येईल आणि मग तो राग इथल्या प्रत्येकावर निघेल... कळलं?"

"मुकाट्याने खाली बस आणि गप्प राहा."

कोठडीतल्या मुलांनी धमक्या द्यायला सुरुवात केल्यावर गप्प बसण्यावाचून गत्यंतर नव्हतं. तिथल्या कोंडाळ्यात कशीबशी जागा शोधून शौझिया बसली. बाकीच्या मुलांनी डावी–उजवीकडे सरकून मोठ्या नाराजीने तिला जागा करून दिली.

"मी मिळवीन माझे पैसे परत... नक्की मिळवीन."

छातीशी दुमडलेल्या पायांना मिठी घालून शौझिया स्वत:चीच समजूत घालत होती. डोळ्यांतलं पाणी आटून आता कोरडे हुंदके तेवढे उरले होते आणि धगधगत्या संतापाची न पेलवणारी आग.

''कसे मिळवशील तुझे पैसे? अं? कसे मिळवशील? इथल्या पोलिसांनी तुझे पैसे ढापले हे कसं सिद्ध करशील तू? पुरावा आहे तुझ्याजवळ?''

– एका मुलानं विचारलं.

''तुझ्याजवळ पैसे होते, हे तरी कशावरून? सिद्ध करशील?''– दुसऱ्याने विचारलं.

''तरी मी मिळवीन माझे पैसे... मिळवीनच.'' हुंदके आवरत शौझिया तेच म्हणत होती. पुन:पुन्हा म्हणत होती.

सगळी मुलं हसली.

शौझियाच्या मनात आलं, त्यांना ठाऊक नाही माझ्यात किती हिंमत आहे ती... म्हणून हसतात वेडे!

दिवस मावळला.

तोवर शौझियाचा संताप विरत विरत गेला होता. आता त्या अंधाऱ्या कोठडीत राहणं किती अवघड आहे, हे तिच्या लक्षात यायला लागलं.

चहूकडे नुसती गर्दी.

ओलावा. कुबट वास. आणि कोंडून राहिलेली उष्ण, चिकट हवा.

खरंतर शौझिया फार थकली होती.

थोडा वेळ झोपावं, निदान कशाला तरी पाठ टेकावी असं तिला फार वाटत होतं.

...पण गर्दी इतकी, की साधे पाय पसरणंसुद्धा शक्य नव्हतं.

तशाच अवघडलेल्या अवस्थेत बसून बसून शेवटी शौझियाच्या पायांना, पाठीला रग लागली.

कोठडीत डांबलेल्या पोरांनी कित्येक दिवसांत आंघोळी केल्या नसाव्यात. त्यांच्या अंगाचा, घामाचा आणि हगण्या–मुतण्याचासुद्धा इतका उग्र, घाणेरडा वास पसरला होता, की शौझियाला धड श्वाससुद्धा घेता येईना.

ही मुलं कशी राहतात या घाणीत?

तिला प्रश्नच पडला.

कदाचित या गुवा–मुतात राहून राहून त्यांना सवय झाली असेल. मेंढ्यांच्या अंगाला घाण येई, त्याची आपल्यालाही नाही का झाली सवय?

... आपली इथून लवकर सुटका होईल तर बरं!

एका अनाम भीतीने तिच्या पोटात खड्डाच पडला.

सुरुवातीला काही वेळ कोठडीच्या बाहेर खुट्ट जरी वाजलं, तरी शौझिया आशेने लोखंडी गजांच्या दरवाजाला चिकटून उभी राही. कधी बाहेरच्या ऑफिसात फोनची घंटी वाजली म्हणून... कधी पहारेकरी काठी आपटीत इकडून तिकडे गेला म्हणून...

''बस खाली''— मघाशी तिला गप्प बसवणाऱ्या मुलांमधला त्यातल्या त्यात मोठा मुलगा पुन्हा म्हणाला, ''कुणी नाही येणार तुला सोडवायला. तू आता इथेच सडून मरशील.''

''तुला काय ठाऊक?''

''एकदा या कोठडीत आलं, की संपलं. इथून कधीच कुणाला बाहेर नाही जाता येत.'' मख्ख चेहऱ्यानं तो सांगत राहिला, ''मला पकडून आणून इथं टाकलं, तेव्हा मी फक्त सहा वर्षांचा होतो आणि आता बघ... मला दाढी-मिशा फुटायची वेळ आली तरी मी इथेच आहे, अजून...''

आजूबाजूची पोरं हसली.

शौझियाला वाटलं, गंमत चाललीय! इतक्या घाणेरड्या जागेत आणि एवढ्या गर्दीत एरवी वेळ तरी कसा घालवणार?

महिनोन् महिने मेंढ्यांच्या मागून फिरणारे मेंढपाळसुद्धा अशीच एकमेकांची चेष्टामस्करी करीत वेळ घालवत... शौझियाला आठवलं. तिची तर अनेकदा चेष्टा होई. कधी तिला काम नीट जमत नाही म्हणून, कधी मेंढीने मागून येऊन तिच्या ढुंगणावर सरळ धडकच दिली म्हणून!

— शौझियाने फार मनाला लावून घेतलं नाही.

इतर मुलांबरोबर तीही एवढ्या तेवढ्यानं उगीचच हसत राहिली. मनात वाटणारी भीती चेहऱ्यावर दिसून नाहीतरी उपयोग नव्हताच.

भीती वाईट.

त्यापेक्षा राग बरा.

''तुझ्या घरच्या माणसांनी येऊन इथल्या पोलिसांना पैसे चारले, तर तुझी सुटका होऊ शकेल.''

तिच्या शेजारच्या एका मुलाने हळूच शौझियाच्या कानात सांगितलं, ''त्याचं काही ऐकू नकोस. तुला जन्मभर नाही राहावं लागणार इथे.''

''मी नाही घाबरत. खूपदा गेलोय मी तुरुंगात.'' शौझियाने ठोकून दिलं.

''खूपदा? तू इतका लहान आहेस, की आयुष्यभरात अजून जेवलासुद्धा नसशील खूपदा.''

'त्या' मोठ्या मुलाने शौझियाची टिंगल केली, तसे पुन्हा सगळे हसले.

''तुला किती दिवस झाले इथे येऊन?'' शौझियाने सहजच शेजारच्या एका

मुलाला विचारलं.

तो गर्दी ढकलून थोडा वळला आणि डावीकडल्या भिंतीच्या दिशेने बोट दाखवत म्हणाला,

" ते बघ... त्या रेषा दिसतात? तेवढे दिवस. रोज रात्री एक रेष मारलीय मी."

भिंतीवर रेषा-रेषांचे खूपच पुंजके होते. त्यातला 'त्या' मुलांचा पुंजका सहज शौझियाने मोजला.

– तो मुलगा तब्बल तीने महिने तुरुंगात होता.

शौझियाने स्वत:शीच हिशेब केला, पण आपल्याला लिहिता-वाचता-मोजता येतं हे इतरांना कळू देणं तसं धोक्याचंच होतं.

"माझ्या घरी कुणीच नसतं."– तो मुलगा म्हणाला, "म्हणजे इथे पाकिस्तानात नसतं कुणी... सगळे तिकडे असतात. अफगाणिस्तानला! त्यांच्याकरता पैसे कमवायला म्हणून मी इकडे आलो आणि पकडला गेलो. पोलीस म्हणतात, कागद दाखव. तिकडलं घर बॉम्बहल्ल्यात उद्ध्वस्त झालं म्हणून इकडे आलो मी, माझ्याकडे कसले कागद असणार? माझ्याजवळ ना कागद, ना पैसे. मला कोण सोडवणार इथून?... म्हणून मी आपला गप्प बसून असतो इथे."

"झाली का तुझी रडकथा सुरू?" तो मोठा मुलगा वैतागला. "कितीदा सांगशील तेच ते? इथे सगळ्यांचीच ती अवस्था आहे. परत परत तीच रडगाणी गाऊन उपयोग होणारेय का काही?"

तरी शौझियाच्या शेजारचा मुलगा हळू आवाजात तिच्याशी बोलतच रहिला,

"या कोठडीतली सगळी मुलं अफगाण आहेत. पाकिस्तानातल्या मुलांना वेगळ्या कोठडीत ठेवतात. तुझे अब्बा-अम्मी कुठे असतात? पेशावरलाच असतात का?"

शौझियाला आता रडू फुटणंच बाकी होतं. ती काहीच बोलू शकली नाही.

कोठडीच्या बाहेर असणाऱ्या ऑफिसात कितीदा फोन वाजला तरी तो आपल्यासाठी नसणार, पोलिसांना पैसे चारून आपली सुटका करायला कुणीही इथे येणार नाही; एवढंच नव्हे तर आपल्याला पकडून तुरुंगात टाकलंय हे बाहेर कुणाला कळणारसुद्धा नाही, आपल्याला मदत करणारं कुणी माणूसच अस्तित्वात नाही हे सगळं एकदम लक्षात येऊन शौझिया हादरली होती.

... आपण या घाणेरड्या कोठडीत सडून मरणार. रोज रात्री भिंतीवर रेघा ओढत राहायच्या. भिंत संपून जाईल, पण आपली इथून सुटका होणार नाही.

पळून जाता येणार नाही.

कराचीचा समुद्र गाठणं तर शक्यच नाही.

जगायचं तरी कशासाठी?

– शौझियाला काही म्हणता काही कळेना.

कोठडीचं ठेंगणं, अंधारं छत अंगावर पडेल, आपण दबून, चेपून जाऊ असं तिला वाटत राहिलं. श्वास तर कधीचा गुदमरला होता. बाहेर मोकळ्या आकाशाखाली राहायची, मन मानेल तेवढं आणि वाटेल त्या दिशेने भटकायची सवय; अंधाऱ्या कुबट कोठडीत कसं राहायचं?

विचार करून करून डोकं फुटायची वेळ आली. जितका जास्त विचार, तितकी भीती जास्त.

जास्पर.

जास्पर कुठे असेल?

स्वतःपेक्षा जास्परची काळजी करणं जरा तरी सोपं होतं.

''संडासला कुठे जायचं?''

खूप वेळाने अगदीच नाइलाज झाला तेव्हा शौझियाने शेवटी विचारलंच.

''कुठे म्हणजे? तुला वास नाही आला इतका वेळ?''

एका मुलाने चिमटीत नाक धरून कोठडीच्या एका अंधाऱ्या कोपऱ्यात बोट दाखवलं.

पुठ्ठ्याच्या आडोशामागे कोठडीतच संडास होता.

गर्दीतून वाट काढत शौझिया कशीबशी त्या आडोशापर्यंत पोचली.

आडोशाच्या मागे अंधारा चौकोन, त्यातल्या जमिनीत एका खड्डा आणि भरून वाहणाऱ्या मैल्याची घाण... हा संडास!

नाइलाजाने आत गेलेली शौझिया कसंबसं काम आवरून पटकन बाहेर आली.

ती गर्दीत येऊन बसणार तोच तुरुंगातला एक रखवालदार चहाचे पितळी कप आणि नानची चवड रचलेला ट्रे घेऊन आला.

''चलो, खाना खाव.''

कोठडीतल्या पोरांची भुकेली गर्दी त्या रात्रीच्या जेवणावर अक्षरशः तुटून पडली. एकमेकांचे लचके तोडून भांडणारे काबूलमधले जंगली कुत्रेच शौझियाला आठवले. पोरांची ती ओढाओढी बघणारा रखवालदार उर्मट हसत तिथे मठ्ठ उभा होता.

शौझियाने तुरुंगातल्या त्या अन्नाकडे ढुंकूनसुद्धा पाहिलं नाही.

... तेवढ्यात तिच्या थकल्या नजरेला कोठडीचं दार उघडं दिसलं. चहा आणि नानचा ट्रे घेऊन जेवण वाटायला आलेल्या पोलिसाचं उघड्या दाराकडे लक्षच नव्हतं.

दाबलेली स्प्रिंग फटकन् उसळावी तशी शौझिया दाराच्या दिशेने झेपावली.

“क्या है? कहाँ जा रहे हो?”

मठ्ठ दिसणाऱ्या पोलिसाने रागाने गुरगुरत तिची मानगूट पकडली.

“मी नाही राहणार इथे... नाही राहणार”– त्याच्या तावडीतून सुटका करून घेण्यासाठी धडपडत शौझिया जोराने किंचाळली. “मी नाही चोरी केली. का म्हणून मला शिक्षा?”

“हरामी साला ऽऽ भागता है? भागता है?”

चिडलेल्या पोलिसाने शौझियाची बखोटी धरून तिला उचललं आणि कोठडीतल्या घाणीत फेकलं.

– दारातून आत सरकवलेल्या चहाच्या ट्रेवरच ती पडली आणि उरल्या-सुरल्या कपातला सगळा चहा सांडला. नानची चवड वरच्यावर उधळली गेली.

कोठडीचं लोखंडी दार धाडकन आपटत; बाहेरून टाळं ठोकीत भडकलेला पोलीस ताडताड निघून गेल्यावर उपाशी पोरं शौझियावर तुटून पडली.

“माझा चहा सांडलास ना? हरामखोर!”

भुकेने कळवलेल्या एका पोराने तिच्या पोटात जोराने गुद्दा हाणला.

“आता उद्या तुझ्या वाटचा चहा मी पिणार. तुझा नानही मीच खाणार; कळलं?”

“मी काही नाही देणार कुणाला. काही नाही...”

शौझिया ठामपणे उत्तरली.

“बघूया.”तो मुलगा चिडून म्हणाला, “दिलं नाहीस तर हिसकावून घेईन.”

त्याच्याशी भांडण्याची ताकद कुठे उरली होती?

शौझिया गुपचूप आपल्या जागेवर जाऊन बसली.

पोटात भुकेने खड्डा पडलेला– पण ना चहा होता, ना नान.

“हे घे”– तिच्या शेजारच्या मुलाने आपल्या वाटच्या नानमधला अर्धा तुकडा तिच्यापुढे धरला.

क्षणभर शौझियाला मोह झाला खरा.

पण मग वाटलं, आज या मुलाकडून काही घेतलं तर त्या बदल्यात उद्या त्याला काही ना काही द्यावं लागेलच.

नानच्या अर्ध्या तुकड्याकडे दुर्लक्ष करत शौझियाने खांदे उडवले.

नाहीतरी उपाशी राहायची सवय होतीच.

भुकेपेक्षाही तिच्या पुढ्यातल्या भीषण काळज्यांनी शौझियाचं डोकं भणभणलं होतं.

शेजारच्या मुलाने आपल्या हातातल्या पितळी कपाने भिंतीवर एक जोराचा ओरखडा काढला. त्या दिवशीची त्याची रेघ उमटली. बाकीची बरीच मुलं आपापल्या

ठिकाणी नवी रेघ उठवत कपांची ठोकाठोकी करत राहिली.

''हे बघ, तुझी पण एक रेघ काढतो मी.''

भिंतीवर त्यातल्या त्यात मोकळी जागा शोधून शेजारच्या मुलाने शौझियाच्या नावाने कप ओरखाडला.

शौझियाने नुसतं बघितलं.

नंतर लक्षच दिलं नाही.

तेवढ्यात मघाचा उर्मट पोलीस पुन्हा आला. त्याने रिकामे कप गोळा केले आणि कोठडीतला दिवा बंद करून पुन्हा साखळी-कुलपाने दार पक्कं बांधून टाकलं.

''प्लीझन्ट ड्रीम्स, बॉईज्''– कुणाला न कळणाऱ्या इंग्रजीतलं एक वाक्य फेकून तो गेला.

अंधारात दुसरं काय करणार?

सगळ्या पोरांनी पाय पसरले आणि कोठडीतल्या गर्दीत आपल्यापुरती जागा करून कशीबशी पाठ टेकली.

शौझियापुढे दुसरा इलाजच नव्हता.

तीही झोपली पण लगेच पुन्हा उठून बसली.

कुणाच्या तरी रडण्याचा आवाज ऐकू येत होता.

''कोण रडत असेल?''

''आहे एक मूर्ख!''– शेजारून आवाज आला, ''आता तो रडेल. आणि डोकं पण आपटेल.''

खरंच.

कोठडीच्या भिंतीवर डोकं आपटून आपटून कुणीतरी एक मुलगा भेसूर रडत होता.

''रात्र झाली की रोज त्याला हे असं होतं. रोज रात्री डोकं आपटून रडतो तो. लक्ष नको देऊस. एक दोन दिवसांत तुला होईल सवय.''

''तू पण त्याच्यासारखंच करायला लागशील कदाचित...''

कुणीतरी शौझियाची चेष्टा केली, तसे त्या भेसूर अंधारात सगळे हसले.

भिंतीवर डोकं आपटून रडणाऱ्या त्या मुलाच्या दिशेने बघत शौझिया खूप वेळ तशीच सुन्न बसून राहिली.

... आणि शेवटी आडवी झाली.

सर्वत्र भलेमोठे डास घोंघावत होते. डासांनी आणि पिसवा-ढेकणांनी लचके तोडायला सुरुवात केल्यावर शौझियाने खांद्यावरची फाटकी शाल अंगभर पांघरली.

... पण थोड्या वेळाने इतकं उकडायला लागलं, की शाल काढून टाकणं

भागच होतं.

रात्र संपता संपेना.

काही मुलं झोपेत दचकून उठत होती.

काही मध्येच घाबरून किंचाळत होती.

डासही चावत होते.

शौझियाच्या डोळ्याला डोळा लागेना. तिने स्वत:ची समजून घालण्याचा, स्वत:लाच धीर देण्याचा प्रयत्न करून पाहिला... पोलिसांना कधीतरी कळेलच की आपण नव्हती केली चोरी, मग तरी ते देतीलच सोडून आपल्याला... उद्याच... अगदी सकाळीच सुटका होईल आपली.

पण हा खोटा दिलासा काही केल्या तिला खरा वाटेना. मनाला पटेना.

अफगाणिस्तानात एकदा तुरुंगात गेलेला माणूस परत येतच नाही कधी.

इथे पाकिस्तानातही तसंच नसेल कशावरून?

त्यातून जास्परही सोबत नव्हता.

त्याच्याशिवाय जिवंत राहाण्याची कल्पनासुद्धा शौझियाला सहन होत नव्हती.

कुठे असेल जास्पर?

आपण आयुष्यभर इथेच... या अंधाऱ्या कोठडीत डांबून पडलो तर? – दिवसच्या दिवस सूर्य नाही दिसला तर वेडच लागेल आपल्याला.

अफगाणिस्तानमध्ये अशी असंख्य वेडी माणसं भकास नजरेने रस्त्यावरून विमनस्क भटकताना शौझियाने पाहिली होती. दोन पायांनी चालत फिरणारं वेड फक्त, बाकी 'माणूसपण' असं काही नाहीच.

नकळत शौझियाने हात लांबवला आणि शेजारी झोपलेल्या मुलाच्या छातीवर हलकेच ठेवला. तिथल्या धपापत्या हालचालीच्या उष्ण स्पर्शाने शौझियाला जरा बरं वाटलं. धीर आला.

शौझियाने डोळे मिटले,

आणि शेजारी जास्परच आहे असं समजून खोल श्वास घेतला.

... मध्यरात्र उलटून गेल्यावर पुष्कळ वेळाने तिला झोप लागली.

◆

आठ

सकाळ झाली.

तुरुंगातला नाश्ता.

परत तेच.

कपभर चहाचं पाणी आणि नानचा चामट तुकडा. शौझियाने आपल्यावाटचा नान झडप घालून उचलला अणि काल रात्री पोटात गुद्दा मारणाऱ्या मुलाने पळवण्याआधी चहाचा कप उचलून ते कोमट पाणी एका घोटात पिऊन संपवलं. तिच्या पोटात भुकेने खड्डा पडला होता. नानचे दोन घास खाऊन तिची भूक आणखीच खवळली.

"माझा होता तो चहा, तू का प्यालास?"

तो मुलगा गुरगुरत शौझियाच्या अंगावर आला.

"पाच-दहा मिनिटं थांब." शौझिया त्याला वेडावून दाखवत म्हणाली, " मी तिकडे संडासात गेलो की तुझा चहा तुला पुन्हा कपात भरून देईन, कळलं?"

सगळे हसले.

'त्या' मुलाने चेहरा पाडला.

शौझियाला जरा बरं वाटलं.

तेवढ्यात उर्मट चेहऱ्याचा कालचाच पोलीस दाराशी आला. हातातली लाठी लोखंडी गजांवर खडखडवत म्हणाला,

"चलो... नहाने चलो सब"

– कोठडीतल्या घाणीत कधीची बसलेली मुलं आंघोळीचं नाव ऐकताच पटकन उठून उभी राहिली.

"पाणी गार असतं खूप. थंडी वाजणार आपल्याला." शौझियाच्या शेजारचा मुलगा घाबरून म्हणाला, "आपल्या सगळ्यांना बाहेर काढतील आता आणि मोठ्या पायपातून पाण्याचा फवारा सोडतील सगळ्यांवर. कोठडीतसुद्धा सोडतात भरपूर पाणी. तेवढाच थोडा वेळ वास जातो आणि स्वच्छ वाटतं; जरा बघच गंमत."

शौझियाची भीतीने गाळण उडाली.

सगळ्यांना एकदम आंघोळी घालणार.

ना कसला आडोसा, ना काही.

आपण मुलगा नसून मुलगी आहोत, हे कळलं सगळ्यांना म्हणजे?

आता काय करायचं?

शौझियाला काही म्हणता काही सुचेना.

बाकीची पोरं मात्र गजांना चिकटून उड्या मारत एकमेकांच्या खोड्या काढत उभी होती. आंघोळीच्या नावाने सगळ्यांमध्येच उत्साह संचारला होता... बाहेरच्या मोकळ्या वातावरणात जाण्याची, पाण्यात मनसोक्त खेळण्याची तेवढीच संधी! ज्याला त्याला सगळ्यांच्या पुढे जाऊन सगळ्यांत पहिल्यांदा आंघोळ करायची होती. त्या ढकलाढकलीत शौझिया एका जागी थिजून उभी राहिली आणि मागे, मागे– पार मागे ढकलली गेली. तिलाही तेच हवं होतं... मागे राहणं, पुढे न जाणं... कुणाला न दिसणं! कोठडीच्या मागच्या भिंतीत जवळपास चिणल्यासारखीच ती थरथरत उभी होती.

– तेवढ्यात पोरांचा कोलाहल चूप करून एक उर्मट आवाज आला–

"कल किसको लाया था? चलो बाहर... निकलो ऽऽऽ"

"मी... मी..."

बाकीच्या पोरांमधले एक दोघे ओरडले.

त्यांच्या आवाजाला अचानक आशेचा धुमारा फुटला होता.

तेवढ्यात शौझियाच्या कानावर काहीतरी वेगळंच आलं.

कुठली ही भाषा?

...इंग्लिश!

कुणीतरी इंग्लिशमधून बोलत होतं.

"नाही, यातलं कुणी नाही."

– हात वर करत पुढे धावलेल्या 'कालच्या' मुलांना नाकारत तो आवाज म्हणाला,

"कल किसको लाया था? चलो बाहर... निकलो SSS"

"मी... मी..."

...ईंग्लिश!

“आणखी कुणी आहे का? काल ‘चीफ बर्गर’ नावाच्या दुकानाजवळून त्या मुलाला पकडून आणलं होतं. आहे का कुणी?”

– विजेच्या वेगाने शौझिया दरवाजाकडे झेपावली.

... तिचा विश्वासच बसेना.

लोखंडी गजांपलीकडे तेच गोरे गृहस्थ उभे होते. ‘चीफ बर्गर’ जवळ दर रविवारी तिला भेटणारे... जास्परशी खेळणाऱ्या ‘त्या’ दोन मुलांचे डॅडी!

शौझिया दिसताच त्यांना हायसं वाटलं.

तिच्याकडे पाहून ओळखीचं हसत ते म्हणाले,

“यू हॅव अ व्हेरी स्मार्ट डॉग.”

भानावर येत शौझिया लोखंडी गजांना चिकटून उभी राहिली. खूण करून त्या गृहस्थांना तिने खाली वाकायला लावलं आणि त्यांच्या कानाशी कुजबुजत म्हणाली,

“मला बाहेर काढा इथून... प्लीज! आज आंघोळीचा दिवस आहे इथे.”

ते गृहस्थ थोडे गोंधळल्यासारखे दिसले, म्हणून शौझियाने पुन्हा त्यांच्या शर्टला धरून खाली खेचलं. ती घाबऱ्याघुबऱ्या म्हणाली,

“आय ॲम अ गर्ल. नॉट बॉय.”

ते पाहतच राहिले.

मग शौझियाचा हात सोडून ते शेजारच्या पोलिसांकडे वळले.

पोलिसांनी त्यांना कोठडीच्या दारापासून लांब नेलं. काहीतरी बोलणं चाललं होतं. काय ते शौझियाला ऐकू येईना. त्या गोऱ्या गृहस्थांनी खिशातून पाकीट काढल्याचं तिला दिसलं. ते थोडे रागावले असावेत. हातवारे करून जोरजोराने काहीतरी बोलत होते. मध्येच त्यांनी हातातलं पैशांचं पाकीट पुन्हा खिशात ठेवलं.

... शौझियाचा धीर सुटला.

तिचा श्वास थांबणार, एवढ्यात त्यांनी पुन्हा खिशात हात घातला.

पाकीट काढलं.

वाटाघाटी चालूच होत्या.

शेवटी एकदाचा सौदा तुटला.

त्या गृहस्थांनी पाकिटातून काही नोटा काढल्या. दोघा पोलिसांच्या हातावर टेकवल्या.

त्या गृहस्थांना सलाम ठोकून दोघे पोलीस तरातरा चालत कोठडीशी आले, दार उघडलं आणि शौझियाची बखोटी धरून मुलांच्या गर्दीतून तिला बाहेर काढलं. जाता जाता शौझियाने सहज वळून पाहिलं.

नंतर तिला वाटलं उगीच वळलो आपण.

सगळी मुलं हिरमुसल्या चेहऱ्यानं उभी होती. शौझियाला छळणारा तो मोठ्ठा

मुलगाही लोखंडी गजांच्या मागे तोंड लपवून असूयेने पाहत होता.

त्या गोऱ्या देवमाणसाने शौझियाचा हात धरला. दोघं पोलीस स्टेशनमधून बाहेर पडणार एवढ्यात दाराशेजारच्या टेबलाकडे शौझिया वाघिणीसारखी झेपावली.

"माझे पैसे...पैसे परत करा माझेऽऽऽ"

किंचाळणाऱ्या शौझियाला कसंबसं आवरत त्या गृहस्थानं तिची समजूत घातली,

"विसर... विसर तुझे पैसे चल... त्या नालायकांची बुद्धी फिरायच्या आत इथून आधी बाहेर पडू. चल लवकर... पाय उचल."

मनात उफाळत्या रागाची धुम्मस घेऊनच शौझिया कशीबशी बाहेर पडली. तिचा संताप अनावर झाला होता. धाय मोकलून रडावंसं वाटत होतं.

... तेवढ्यात मऊ मऊ केसांचं एक धूड वेगात तिच्या अंगावर येऊन आदळलं. अचानक, अनपेक्षित हल्ल्यानं ती धडपडली आणि क्षणभरात अत्यानंदाने ओरडली–

"जास्पर ऽऽऽ"

शौझिया रस्त्यातच बसली.

जास्परने चाटून चाटून तिला हैराण केलं. शेपटी हलवत तो तिच्याभोवती अक्षरश: नाचत होता. त्या दोघांची भेट घडवून आणणाऱ्या त्या भल्या गृहस्थानं दोघांनाही जबरदस्तीने आपल्या गाडीत चढायला लावलं नसतं तर जास्पर आणि शौझिया एकमेकांना कवटाळून कितीतरी वेळ तसेच रस्त्यात बसून राहिले असते.

गाडी चालू झाली.

पेशावरच्या रस्त्यावरल्या खचाखच गर्दीतून वाट काढत पुढे पुढे जाणाऱ्या गाडीचा वाढता वेग... आणि उघड्या खिडकीतून भणभणत येणारा गार वारा...

शौझिया सुखावली. धूर आणि धुळीने भरलेली गरम हवा छातीत भरून घेतल्यावर तिला जरा बरं वाटलं.

"तुझं नाव काय?"

गाडी चालवता चालवता त्या गृहस्थानं शौझियाची चौकशी केली.

"मुलगा म्हणून माझं नाव शफीक. पण खरं नाव शौझिया."

उघड्या खिडकीतून डोकं आत घेत शौझियाने आपली ओळख करून दिली.

डोक्यापासून अख्ख्या अंगावरले केस उलटे मागे उडणाऱ्या जास्परला बघताना तिला गंमत वाटत होती.

"माय नेम इज टॉम."

"पण तुम्ही कसं शोधून काढलंत मला?"

टॉमने आपल्या जवळची पाण्याची बाटली शौझियाला दिली. तहानेने तिचा

घसा सुकला होताच. तिने पोटभर पाणी पिऊन घेतलं.

"इट वॉज युवर डॉग–जास्पर..."– टॉम सांगत होते,

"काल चर्चमध्ये प्रार्थना केल्यावर आम्ही चीफ बर्गरपाशी आलो, तर तुझ्या कुत्र्याने अक्षरश: झेपच घेतली आमच्या अंगावर. तूही कुठे दिसेनास. शेवटी आजूबाजूला चौकशी केल्यावर काय झालं ते कळलं. आय ॲम सॉरी, तुला काल रात्रीच सोडवायला हवं होतं. पण तू कुठे आहेस ते शोधण्यात आणि पोलिसांना पटवण्यातच एवढा वेळ गेला."

"आता कुठे जातोय आपण?"

"बार्बरा– माय वाईफ– तुझी वाट बघत असेल घरी. तिला मी प्रॉमिस केलं होतं; तुला घेऊनच येईन आज म्हणून! तू मुलगी आहेस हे कळल्यावर फारच खूश होईल माझी बायको. पण तू मुलगा आहेस असं खोटं का बरं सांगतेस सगळ्यांना?"

"असंच... उगीचच!" शौझियाने वेळ मारून नेली.

खरंतर टॉमवर अविश्वास नव्हता दाखवायचा तिला, पण स्वत:बद्दल खरंखुरं बोलायची, सांगायची सवयच नव्हती राहिली.

"तुझं घर कुठे आहे? अफगाणिस्तानात? कोण कोण असतं घरी?"– टॉमने विचारलं.

"माझ्या घरी कुणी नसतं आता. घरातली माणसं आणि घर... सगळं गेलं बॉम्बहल्ल्यात"

शौझियानं पुन्हा खोटं सांगितलं,

आणि भणाणत्या वाऱ्याच्या खिडकीतून डोकं बाहेर काढून ती भरधाव वेग पीत राहिली. इतक्या वेगाने धावणाऱ्या कशातच ती कधी बसली नव्हती.

अशी एखादी गाडी असती आपल्याजवळ तर किती पटदिशी पोचलो असतो आपण समुद्रावर... नुसत्या विचारानेसुद्धा शौझियाला हळहळ वाटली.

...तेवढ्यात शहराच्या एका टोकाला असलेलं परदेशी लोकांचं 'युनिव्हर्सिटी टाऊन' आलंच. मोठमोठी डेरेदार झाडं, रंगीबेरंगी फुलांनी ओसंडून भरलेल्या कुंपणांच्या भिंती... फुलं इतकी की रस्त्यावरसुद्धा सांडलेली. जमरूद रस्त्यावरच्या खचाखच वाहतुकीतून वाट काढत टॉमची गाडी युनिव्हर्सिटी टाऊनमध्ये पोचली आणि शौझियाच्या सवयीचा कलकलाटसुद्धा मागे जात जात बंद झाला. डावी-उजवी डौलदार वळणं घेत एका उंच लोखंडी फाटकासमोर टॉमची गाडी थांबली.

टॉमने खाली उतरून फाटक उघडलं आणि गाडी आत घेतली.

"डॅडी इज ॲट होम..."

– दोन्ही गोंडस मुलगे धावत येऊन अंगणातच टॉमला बिलगले.

शौझिया आणि जास्पर गाडीतून खाली उतरले. ते जग विश्वास बसू नये इतकं

सुंदर, शांत होतं.

पोर्चमध्ये धावत आलेले टॉमचे दोन्ही मुलगे एव्हाना त्याला चिकटले होते. त्यांच्या मागोमाग गळ्यातल्या एप्रनच्या खिशात ठेवलेल्या नॅपकीनला हात पुसत बार्बरा बाहेर आली. शौझियाच्या खांद्यावर प्रेमानं हात ठेवत म्हणाली,

"सो? टॉमने शोधून काढलं तर तुला. आय ॲम सो हॅपी. वेलकम टु अवर होम."

शौझियाने बार्बराकडे पाहिलं.

तिचा हसरा, प्रसन्न चेहरा प्रेमाने निथळत होता.

आपल्याकडे पाहून इतक्या प्रेमाने छान हसलेली दुसरी व्यक्ती शौझियाला आठवेना– एक परवाना होती, एवढाच अपवाद!

"भूक लागली असेल नं तुला?"– बार्बराने विचारलं, "वी हॅव लॉटस् ऑफ फूड टु फीड द हंग्री बॉय."

दोन्ही मुलांना बगलेत पकडून गोल गिरक्या घेणारा टॉम हसत म्हणाला.

"द हंग्री बॉय इज अ हंग्री गर्ल."

"अरे? मुलगी आहेस तू?"– शौझियाकडे बारकाईने पाहत बार्बरा आनंदाने चीत्कारली, "हाऊ वण्डरफुल! आय विल हॅव सम कंपनी इन धिस हाऊस फुल्ल ऑफ बॉईज्! चल, आत चल. आधी स्वच्छ आंघोळ कर, मग जेव पोट भरून... आणि मग सांग मला तुझ्याबद्दल. ओ के?"

अंगणात बहरलेल्या फुलांचे प्रसन्न रंग पाहताना नजरबंदी व्हावी, तशी शौझियाची अवस्था झाली. इतके रंग आपण याआधी कधी पाहिल्याचं तिला आठवतच नव्हतं. कुंपणाच्या कडेला असणाऱ्या डेरेदार वृक्षांवरून पक्षांची किलबिल ऐकू येत होती. उंच लोखंडी फाटकाच्या पलीकडचं अस्वच्छ, बकाल पेशावर जणू अस्तित्वातच नव्हतं.

बार्बराबरोबर शौझियाने घरात पाऊल ठेवलं आणि आश्चर्याने तिचे डोळे फाटायचीच वेळ आली. मुख्य घरात प्रवेश करण्याआधीची एक लांबुडकी देखणी खोलीच शौझियाच्या काबूलमधल्या अख्ख्या घराच्या किमान पाचपट मोठी होती.

"टॉम इंजिनिअर आहे."

अख्खं घर फिरून दाखवता दाखवता बार्बरा शौझियाला आपल्या कुटुंबाबद्दल सांगत होती, "पाकिस्तानच्या उत्तरेकडल्या भागात तो मोठमोठे पूल बांधण्याची कामं करतो. आम्ही इथे दोन वर्षांचं कॉन्ट्रॅक्ट घेऊन आलो आहोत. इतकी छोटी मुलं सोबत असताना आमचं पाकिस्तानात येणं खरं म्हणजे आमच्या कुटुंबियांना–मित्रांना अजिबात पसंत नव्हतं. पण आम्हा दोघांनाही आयुष्यात वेगळे अनुभव घ्यायला फार आवडतं, म्हणून आम्ही ठरवलं की जाऊन बघू तरी पाकिस्तानात!

आमचं घर अमेरिकेतल्या टोलेडो नावाच्या शहरात आहे. देअर इज नॉट मच ॲडव्हेन्चर देअर!''

बार्बराच्या अखंड बडबडीने शौझियाला थोडा थोडा धीर येत होता. आजूबाजूला इतकी ओसंडून वाहणारी श्रीमंती बघून खरं म्हणजे ती हबकलीच होती मनातून. बैठकीच्या खोलीतलं प्रशस्त वैभव, बाहेर बहरलेली बाग जणू घरातच आहे असं वाटावं इतक्या मोठ्या खिडक्या, त्यावरचे नाजूक फुलांचे झुळझुळते पडदे... खुर्च्या तर केवढ्या मऊ मऊ आणि सुंदर सुंदर रंगांचे अभ्रे चढवलेल्या खूप उशा सगळीकडे मांडलेल्या. समोरच्या टी.व्ही.वर कार्टून्सची धमाल सुरू होती आणि जमिनीवर सगळीकडे नुसती खेळणी पसरलेली.

''ही बघ, ही आमची डायनिंग रूम.''

बैठकीच्या खोलीतून आत जाता जाता बार्बरा म्हणाली.

लांबलचक शिसवी टेबलाभोवती खुर्च्या मांडल्या होत्या. टेबलामागे उभ्या असलेल्या काचेच्या उंच कपाटात हारीने मांडलेल्या नाजूक नक्षीदार सामानाकडे शौझिया भान हरपून पाहतच राहिली.

''...आणि हे आमचं स्वयंपाकघर.''

भरपूर सूर्यप्रकाश असलेल्या एका मोठ्ठ्या खोलीत आल्यावर घरभर दरवळणाऱ्या चविष्ट वासांचं रहस्य शौझियाच्या लक्षात आलं.

कशाकशाने भरलेले कित्येक डबे, बरण्या, तऱ्हेतऱ्हेच्या बिस्किटांची... आणखी कशाकशाची देखणी चित्रं असलेले खोके नीट रचून ठेवले होते. एक मोठ्ठा बाऊल भरून ताजी फळं आणि काचेच्या निमुळत्या बाटलीत खोचलेले बागेतल्या फुलांचे गुच्छ!

– खरंतर तिथेच उभं राहून प्रत्येक गोष्टीचा वास घ्यावा आणि कधी न अनुभवलेले सगळे सुगंध पोटभरून पिऊन घ्यावेत, असं शौझियाला झालं होतं, पण बार्बराने तिला एका जागी थांबूच दिलं नाही.

बार्बरा तिला वरच्या मजल्यावर घेऊन गेली. तिथे आणखी कितीतरी खोल्या होत्या, शिवाय आणखी खूप खेळणी आणि जिकडे तिकडे नुसत्या कपड्यांच्या थप्प्या!

''पसाऱ्याकडं लक्ष नको देऊ हं.'' वाटेतल्या खेळण्यांच्या ट्रकला आपटलेल्या शौझियाला सावरत बार्बरा म्हणाली, ''मुलांना त्यांचा पसारा आवरायला शिकवायचा प्रयत्न करतेय; पण दोघे ऐकतील तर शप्पथ!''

ती शौझियाला एका छोट्या खोलीत घेऊन आली.

सुंदर निळ्या रंगाच्या देखण्या भिंतीवर सर्वत्र नाजूक फुलांची नक्षी काढली होती. शिवाय वेस्टर्न पद्धतीचा कमोड, चमचम करणारे नळ आणि निळ्याच

रंगाचा पडदा टांगलेल्या काचेच्या उभ्या चौकोनात आंघोळीचा शॉवर.

अफगाणिस्तानात बॉम्बहल्ले सुरू झाले नव्हते; तेव्हा आपल्या घरीही हे असंच सगळं होतं बहुतेक – शौझियाने आठवणीला ताण देऊन पाहिला. थोडंसं आठवलं, पण प्रयत्न करूनही स्मरणाचे सगळे धागे तिला नीट जुळवता आले नाहीतच.

''हे बघ, आधी स्वच्छ आंघोळ करून घे.''

गार-गरम पाण्याचे नळ कसे वापरायचे हे दाखवत बार्बरा म्हणाली,

''लागेल तेवढा साबण वापर आणि अंगावरचे मळके कपडे इथेच कोपऱ्यात काढून ठेव. तुझी आंघोळ होईपर्यंत मी तुझ्याकरता स्वच्छ, कोरड्या कपड्यांची काहीतरी व्यवस्था करते.''

दार लोटून घेत बार्बरा गेली.

शौझियाला बरं वाटलं.

हुश्श! जरा श्वास घेता येईल.

आधी कितीतरी वेळ ती भारावल्यासारखी टकामका बघतच राहिली. नंतर हळूच तिने निळ्या भिंतींवरच्या फुलांना हात लावून पाहिला.

कोपऱ्यातल्या वॉश बेसिनच्या वर आरसा होता.

शौझिया पटकन् जाऊन आरशापुढे उभी राहिली.

आरशात दिसणाऱ्या चेहऱ्याची तिला ओळखच पटेना... ही कोण मुलगी?

मग शौझियाला आठवलं, गेल्या कित्येक दिवसांत आपण आरशात पाहिलेलंच नाही. काबूलमध्ये राहत होतो; त्या खोलीत तरी कुठे होता आरसा?

शौझियाच्या नजरेसमोर अजूनही स्वत:चं तेच जुनं चित्र होतं– शाळेचा युनिफॉर्म घातलेली लांब केसांची हसरी मुलगी.

... पण आरशात दिसणारी मुलगी तर केवढी बदलली होती! किती मोठी झाली होती!! उंची वाढलेली, खप्पड गालांची.

शौझियाला क्षणभर स्वत:ची ओळखच पटेना.

तेवढ्यात खाली एकच गलका ऐकू आला.

मुलं खेळ आटपून घरात आली असावीत.

जास्परची पावलं जिन्यावर वाजतात म्हणेतो; तो वर येऊन बाथरूमच्या दाराशी धडका देत होता. शौझियाने दार लोटून त्याच्या पाठीवर थोपटलं.

''माझे गाल कितीही खप्पड झाले आणि मी कितीही वाईट दिसत असले, तरी तुला काही फरक पडत नाही; हो नं जास्पर?''

जास्परने जोरात शेपटी हलवली.

शौझियाला बरं वाटलं.

अंगावरचे मळके कपडे फेकून ती शॉवरच्या वाहत्या पाण्याखाली जाऊन उभी राहिली. गरम गरम पाण्याच्या लाटा अंगावरून वाहताना केवढं सुख होतं, हे तिला पहिल्यांदाच समजत होतं.

शेजारच्या नक्षीदार डबीत ठेवलेली साबणाची शुभ्र वडी तिने हातात घेतली; तर चक्क फुलांचा सुगंध आला.

हरखून गेलेल्या शौझियाने सुगंधी फेसाच्या ढगात स्वत:ला गुरफटवून घेतलं. पुन्हा पुन्हा अंगावर पाणी घेतलं... पुन:पुन्हा साबण लावला.

शरीरावरची सगळी पुटं आणि घाणेरडे वास जाईतो ती घासून घासून स्वत:ला धूत होती.

"बागेत जाऊन खेळतेस का मुलांबरोबर?"

स्वच्छ सलवार-कमीझ घालून खाली स्वयंपाकघरात आलेल्या शौझियाला बार्बराने विचारलं.

आंघोळीने प्रसन्न झालेली शौझिया सुगंधी, स्वच्छ कपड्यात विलक्षण सुखावली होती. अजून तिच्या अंगाला साबणाचा सुगंध येत होता.

"हे घे. पिऊन टाक"– थोडी साखर घातलेल्या गरम दुधाचा ग्लास तिच्या हाती देत बार्बरा म्हणाली, "जेवण तयार होतंच आहे तोवर."

शौझिया ग्लास घेऊन बागेत गेली. तिच्या मागोमाग जास्पर होताच.

दोन्ही मुलांचा खेळ रंगात आलेला. शेवटी एका खेळण्यावरून दोघांचं भांडण सुरू झालं. दोघं इतके गोरे आणि गुबऱ्या गालांचे होते, की शौझियाला त्या सुखवस्तू मुलांकडे बघवेना. त्यांचं प्रसन्न हसू उगीचच तिच्या डोळ्यांत खुपत राहिलं.

शौझियाने दुधाचा घोट घेतला.

कित्येक दिवसांत असं काही ती प्यालीच नव्हती.

सवयीप्रमाणे तिने तळहाताच्या ओंजळीत थोडं दूध ओतलं आणि शेपटी हलवत नाचणाऱ्या जास्परपुढे ओंजळ धरली.

लपापत्या जिभेने शौझियाच्या ओंजळीतलं दूध पिणारा जास्पर पाहून दोन्ही मुलं धावली.

"मी... मी..." म्हणून दोघांनीही गोंधळ घातला.

दोघांनाही जास्परला ओंजळीतून दूध पाजायचं होतं.

त्या हट्टी धुमश्चक्रीत काय करावं, शौझियाला कळेना.

तेवढ्यात टॉमने सगळ्यांना जेवायला हाक मारली म्हणून बरं.

"इथे बस तू."

लांबलचक टेबलाभोवती मांडलेल्या रांगेतली एक खुर्ची पुढे ओढत बार्बराने शौझियाला जवळ बोलावलं.

त्या थाटामाटाने बावरलेली शौझिया काहीशा संकोचानेच बसली.

पुढ्यात टेबलावर मंद पिवळ्या रंगाची मोठ्ठी प्लेट आणि भोवती चकाकते, स्वच्छ काटे-चमचे मांडलेले.

टेबलावर मांडलेले 'चिकन'चे बाऊल्स आणि तऱ्हेतऱ्हेच्या भाज्यांकडे ती पाहातच राहिली.

मुलांचे हात धुऊन टॉम त्यांना टेबलाशी घेऊन येईतो बार्बराने शौझियासाठी आणखी ग्लासभर दूध आणून ठेवलं.

"तू काटा वापरलायस का कधी? काट्या-चमच्याने जेवलीयस?"

शौझियाने हळूच मान डोलावली.

खरंतर अफगाणिस्तानात सर्वत्र हाताने जेवायची पद्धत. पण शौझियाच्या आधुनिक कुटुंबात नेहमी काटे चमचे वापरले जात. त्यांच्या घरातली सगळी भांडीकुंडी बॉम्बहल्ल्यात उद्ध्वस्त झाल्यावर मात्र हातानं जेवणं भाग होतं, पण काट्या-चमच्याने जेवणं शौझिया विसरली नव्हती.

बार्बरा आणि टॉमने टेबलावरच्या नॅपकीनची घडी उघडून मांडीवर पसरली.

शौझियाचं लक्ष होतं.

तिनंही तसंच केलं.

जेवायला सुरुवात केल्यावर मात्र शौझियाला थांबावसं वाटेना.

सुरुवातीला तिने इतरांकडे पाहून काट्या-चमच्याने त्यांच्यासारखे नाजूक घास घेण्याचा प्रयत्न केला... पण तिची भूक खवळली होती.

... कित्येक वर्षांनी समोर इतकं चवदार अन्न.

बाकी सगळं विसरून शौझियाने भराभरा तोंडात घास कोंबायला सुरुवात केली.

चिकन, भात, भाज्या... जे वाढलं त्या सगळ्याचा एकत्र लगदाच तिच्या प्लेटमध्ये तयार झाला होता.

... शौझिया भान विसरून फक्त खात होती.

बार्बरा न कंटाळता तिला वाढत राहिली.

शेवटी पोटाला तडस लागायची वेळ आल्यावर शौझियाला आठवलं, उद्याचं काय? उद्यासाठी ठेवायला हवं थोडं अन्न शिल्लक!

– मांडीवर पसरलेला नॅपकीन होताच.

तिची हातचलाखी कुणाच्या लक्षातसुद्धा आली नाही.

"डेझर्ट केलंय. जागा आहे का तुझ्या पोटात?"– बार्बराने हसत विचारलं.

आणि शौझियाच्या होकार-नकाराची वाट न पाहता चॉकलेट आईस्क्रीमने भरलेला एक देखणा, नक्षीदार बाऊल तिच्या पुढ्यात ठेवला.

"आय वॉन्ट आइस्क्रीमऽऽ"

– छोट्या जॅकने हट्ट धरला.

"इट युवर कॅरट्स फर्स्ट."

– बार्बराने अट घातली.

"नो मॉमऽऽऽ"

"इट जस्ट वन बाईट"– टॉमने जॅकला थोडंसं गाजर खायला लावलंच.

बार्बराने जॅकच्या पुढ्यातली प्लेट उचलून त्याला आइस्क्रीम दिलं. जॅकच्या प्लेटमध्ये अर्धअधिक अन्न तसंच होतं. बार्बराने त्याची प्लेट स्वयंपाकघरात नेऊन ठेवलेली शौझियाने पाहिली.

... आता तिला फक्त मऊसूत गारेगार आइस्क्रीम तेवढं समोर दिसत होतं.

तो पदार्थ शौझियाला इतका आवडला, की आइस्क्रीमचा चट्टामट्टा झाल्यावर तिने रिकामा बाऊल उचलून चाटायला सुरुवात केली.

"पॉलऽऽऽ"

आपला बाऊल उचलून त्यात जीभ घालणाऱ्या मोठ्या मुलावर टॉमने डोळे वटारले,

"पॉल, पुट युवर बाऊल डाऊन."

"बट शी गॉट टु!"– पॉलचं लक्ष आइस्क्रीमपेक्षा शौझियाकडे जास्त होतं.

"नेव्हर माईंड. यू नो बेटर."

टॉमने मुलाला समजावलं.

शौझियाने जीभ चावली.

... म्हणजे आपलं चुकलं!

आता या माणसांनी आपल्याला हाकलून दिलं घराबाहेर तर...?

"हे बघ शौझिया, वरच्या खोलीत तुझी झोपायची व्यवस्था केलीय मी."– बार्बरा म्हणाली, "एकदा बघून घेतेस का? मग झोप आली की जा झोपायला."

शौझिया उठली.

अन्नाने भरलेली नॅपकीनची पुरचुंडी एका बाजूला बेमालूम लपवत ती बार्बराच्या मागून निघाली.

"जास्पर इज स्लिपिंग विथ मी टुनाईट."

पुन्हा दोन्ही मुलांमध्ये जास्परवरून भांडण सुरू झालं.

शौझियाने लक्षच दिलं नाही.

जास्पर तिच्या मागोमाग वरच्या मजल्यावर आलाच.

बार्बराने दिलेल्या नव्याकोऱ्या लाल टूथब्रशने दात घासून झाल्यावर तिच्यासाठी तयार केलेल्या खोलीत आली.

क्षणभर शौझियाचा विश्वासच बसेना.

त्या खोलीत एक खराखुरा पलंग होता.

त्यावर मऊ गादी, स्वच्छ पांढरे पलंगपोस आणि उबदार ब्लँकेट्स. शिवाय गुबगुबीत उशा!

बार्बराने कपाटातून काढलेली नव्या कोऱ्या नाईट गाऊनची घडी शौझियाच्या हातात दिली... आणि तिला जवळ घेऊन म्हटलं,

"स्लीप वेल. वी आर व्हेरी ग्लॅड टु हॅव यू हिअर."

शौझिया तशीच अवघडून उभी होती.

बार्बराला 'गुड नाईट' म्हणायला हवं होतं. पण कसं, तेच तिला आठवेना.

बार्बराने तिला दिवे कसे बंद करायचे ते दाखवले आणि दार लोटून घेत ती गेली.

शौझियाने पहिल्यांदा दार नीट लावलं आणि हातातली पुरचुंडी पटकन पलंगाच्या खाली लपवली.

नंतर कपडे बदलले.

नाईट गाऊनची रेशमी झुळझुळ तिच्यासाठी फारच अप्रुपाची होती आणि मऊ पलंगावरच्या स्वच्छ चादरी!

पोटभर जेवण झालेलं.

पोटाला अक्षरश: तडस लागलेली.

... आणि अंगाभोवती अजून दरवळणारा साबणाचा गंध!

शौझिया पांघरुणात शिरली.

तेवढ्यात जास्परही उडी मारून पलंगावर चढला, त्याने एका कोपऱ्यात छान ताणून दिली.

"जास्पर, मला वाटतं ते इथेच ठेवून घेतील बहुतेक आपल्याला." शौझिया कुजबुजली, "मी त्यांच्या घरात काम करीन. खूप काम करीन... आणि रात्री सगळे झोपले की मला खेळतासुद्धा येईल. केवढी खेळणी आहेत इथे! मला शाळेत जाता येईल. मी खूप शिकेन... आणि... कोण बरं?... कुणीतरी मोठ्ठी होईन!"

पालथी झोपून शौझिया जास्परकडे पाहत राहिली,

"हे बघ, आपण समुद्रावर जाऊच जास्पर. फ्रान्सलासुद्धा जाऊ. पण थोडे दिवस इथे राहिलो तर चालेल नं तुला?"

जास्परने शेपटी आपटली आणि शौझियाचा हात चाटला.

शौझियाला बरं वाटलं.

चला, जास्परला पण आवडलं तर हे घर!

उशीवर डोकं टेकता टेकता तिच्या मनात आलं,

वीरा मौसी हवी होती आत्ता इथे. चांगली जिरली असती तिची!

शौझिया स्वत:शीच हसली,

आणि झोपी गेली.

काही तासांनी तिला जाग आली.

शौझियाने हलकेच दार उघडलं आणि बारीक कानोसा घेतला.

अख्खं घर शांत होतं.

...सगळीकडे सामसूम!

ती पाय न वाजवता जिना उतरून खाली स्वयंपाकघरात आली.

कचऱ्याच्या टोपलीत ताजं ताजं अन्न टाकलं होतं.

तिने भराभरा कचरा उसकला. त्यातलं अन्न जमा केलं आणि पाय न वाजवता वर येऊन आपल्या पलंगाखाली लपवलं.

...कधी भूक लागेल कसं सांगणार?

आणि तेव्हा नसलंच काही खायला... तर?

◆

नऊ

आजूबाजूला काय चाललंय ते पहिले काही दिवस शौझियाला नीटसं कळतच नव्हतं.

पोटभर जेवणं आणि झोपणं,

इतकंच!

इतक्या दिवसांची वणवण, दमणूक तिच्या अंगावर आली होती.

भल्याभक्कम कुंपणाच्या आतलं बार्बराचं घर म्हणजे शौझियाला जादूनगरीच वाटे. भरपूर झाडं, फुलं, गाणारे पक्षी, तऱ्हेतऱ्हेचे सुगंध न् काय काय–! कचऱ्याच्या ढिगात राहायची सवय झालेल्या तिच्या नजरेला कधीकधी त्या स्वच्छतेनेच घुसमटल्यासारखं होई.

दिवसातून तीन वेळा टेबलाशी बसून भरपेट जेवायचं... शिवाय बार्बरा अधेमधे काही ना काहीतरी खायला देईच.

‘‘तुझंच घर समज शौझिया.’’– बार्बरा सतत सांगे, ‘‘आरामात राहा इथे.’’

‘‘पण तुम्ही का करता इतकं माझ्यासाठी?’’

एके दिवशी न राहवून शौझियाने विचारलंच.

‘‘हे बघ, टॉमला खूप पगार मिळतो,’’ बार्बरा म्हणाली, ‘‘वी लाईक टु शेअर व्हॉट वी हॅव... आणि आपण बायकांनी एकमेकींना केलीच पाहिजे मदत, नाही का?’’

बार्बराने पुढे होऊन तिला मिठीत घेतलं.

तिच्या त्या प्रेमळ स्वीकाराने भारावलेली शौझियाही मग न संकोचता हात पसरून बार्बराला बिलगली.

अनेकदा दारावर भिकारी येत.

कुंपणाच्या दारावर बसवलेली बाहेरची बेल वाजवत.

या भिकाऱ्यांना बार्बरा किंवा टॉमने हुडूसतुडूस केलेलं, हुसकावून दिलेलं शौझियाने कधी पाहिलं नाही. उलट ती दोघं घरातलं उरलेलं अन्न आणून देत, बाजारातून आणलेली ताजी फळं वाटून टाकत. कधी कधी तर पैसेसुद्धा देत. कुंपणाच्या उंच भिंतीपलीकडे येणारे भिकारी कोण असतात; हे शौझियाला दिसत नसे पण दारावर भिकारी येतात आणि त्यांना रिकाम्या हाताने परत पाठवलं जात नाही एवढं तिला नक्की ठाऊक होतं.

दिसतील ती कामं; जमतील तशी करण्याची शौझियाची इच्छा असे. पण झोप इतकी येई की आवरत नसे. सकाळच्या नाश्त्यानंतर, जेवण झाल्यावर तासाभरात तिचे डोळे मिटू मिटू होत आणि त्या गुंगीत झोप लागे ती इतकी गाढ, की पुढच्या जेवणाच्या वेळीच बार्बराच्या हाकेने डोळे उघडत.

"आय ॲम सॉरी"

दुपारी झोपून रात्री थेट जेवायलाच उठलेल्या शौझियाने एके दिवशी कानकोंडी होऊन बार्बराची माफी मागितली. रोज रोज असं आयतं खाणं बरं नव्हे, याची रुखरुख तिच्या मनाला लागली होती.

"इतके दिवस नुसती वणवण करून तू खूप दमलीयस, शौझिया." बार्बराने जवळ घेत तिची समजूत काढली, "येईल तेवढी झोप काढ. तुझ्या थकलेल्या शरीराला पुरेशी विश्रांती मिळाली, की मग बघ किती बरं वाटेल!"

– आपल्यावर इतकी माया करणाऱ्या हसतमुख, प्रेमळ बार्बराकडे शौझिया पाहतच राही.

टॉम आणि बार्बराचं लाडात येऊन मुलांशी दंगामस्ती करणं, त्यांच्याबरोबर घोडाघोडा खेळणं, रात्री झोपताना मुलांना गोष्टी वाचून दाखवणं हे सारंच शौझियाला फार आवडे.

टॉम आणि बार्बरा शौझियाशी दरी भाषेतून बोलत. पण मुलांना फक्त इंग्रजीच समजत असे. बरेच नवे शब्द शौझियाच्या कानावरून जात. एखादा नवा शब्द कधी आणि कसा वापरायचा हे लक्षात आलं की ती रात्री झोपण्यापूर्वी जास्परला म्हणून दाखवी. उच्चार नीट पाठ झाला की स्वत:शीच फार खूश होई. हळूहळू शौझियाचं इंग्रजी सुधारलं.

एकेक दिवस चालला होता.

शौझियाची तब्येतही सुधारत होती.

हे असं किती दिवस चालणार याबद्दल कुणीच बोलत नसे. शौझियाला तर ती आठवणही नकोशी वाटे.

पण तरी तिच्या मनात येईच...

आपण या कुटुंबातले नाही, हेच सगळे विसरून गेले असतील. त्यांना आपली सवय झाली असेल, कदाचित त्यांनी आपल्याला त्यांची मुलगीसुद्धा मानून टाकलं असेल.

शौझियाला वाटे;

हे असंच असावं.

असंच राहावं.

आपला-त्यांचा काही संबंध नाही, हे टॉम आणि बार्बराला कधी आठवूच नये.

एके दिवशी सकाळी शौझियाला नेहमीपेक्षा चांगलीच लवकर जाग आली.

छान प्रसन्न आणि तरतरीत वाटत होतं.

"माझी झोप गेली आता जास्पर." तिने आनंदाने जास्परकडे पाहिलं. रोजच्या नियमित खाण्यापिण्याने तोही चांगला तरतरीत दिसायला लागला होता. स्वच्छ आंघोळ, केस विचरायला कंगवे, ब्रश अशा लाडाकोडांनी त्याच्या अंगावरली फरही मऊसूत झाली होती.

"तू आज टक्क जागी दिसतेयस, शौझिया"

नाश्त्याच्या टेबलावर टॉम म्हणालाच.

"आता मला काहीतरी काम द्या." शौझिया उत्साहाने पुढे झाली, "मला साफसफाई फार छान करता येते. आय ॲम गुड ॲट क्लिनिंग."

"बट वी ऑलरेडी हॅव अ क्लिनिंग वुमन." स्क्रॅम्बल्ड एग्जचा मोठा घास तोंडात तसाच ठेवून जॅक म्हणाला. शौझिया आपणहून काहीतरी बोलतेय, याचंच त्याला मोठं नवल वाटत होतं.

"वहिदा फक्त दोनदाच येते आठवड्यातून, जॅक," बार्बरा म्हणाली, "इज नॉट इनफ टु कीप धिस प्लेस क्लीन. त्यातून तुम्ही दोघं सारखा हा एवढाऽऽ पसारा घालता."

"टॉक टु द हॅण्ड"

धाकट्या पॉलने आपले दोन्ही हात बार्बरापुढे पसरत नवाच हट्ट सुरू केला.

"यू नो आय डोन्ट लाईक दॅट." बार्बरा रागावली. शौझियाकडे वळत म्हणाली, "व्हिडीओवर काहीतरी बघतात आणि हे असले भलते हट्ट करतात."

"व्हिडीओ बंदच केला पाहिजे आता."– टॉम म्हणाला.

पॉल एव्हाना फारच चिडीला आला होता. त्याने हातातला चमचा फेकून दिला आणि काट्याने समोरची बशी जोरजोरात वाजवायला सुरुवात केली. त्याच्या पुढ्यातलं अन्न विखुरलं गेलं. ग्लासमधलं दूध उपडं झालं.

तो पसारा निस्तरण्यात टॉम आणि बार्बरा गुंग आहेत, एवढी संधी साधून शौझियाने टेबलावरच्या प्लेटमधली दोन अंडी पटकन उचलली, चार-सहा टोस्ट घेतले आणि कुणाच्या काही लक्षात यायच्या आत मांडीवर पसरलेल्या नॅपकीनची पटकन पुरचुंडी बांधली.

शौझियाने पलंगाखाली साठवलेला अन्नाचा ढीग वाढत चालला होता. आपल्याला समजा काढलंच घराबाहेर, तर नंतर 'खायचं काय?' हा प्रश्न नको म्हणून शौझिया रोजच्या रोज स्वयंपाकघरातून काही ना काही आणतच होती.

बघता बघता बरंच अन्न साठलं.

चादर उचलून पलंगाखाली नजर टाकली की शौझियाला वाटे, या घरात राहायला मिळो– न मिळो, आता उपाशी राहण्याची वेळ तरी नाही येणार आपल्यावर... फ्रान्सला जाईपर्यंतसुद्धा पुरेल!

''हे बघ शौझिया, आज संध्याकाळी मुलांना घेऊन मी पोहायला जाईन म्हणतेय.''

दुपारच्या जेवणानंतरची आवराआवर करताना बार्बरा म्हणाली,

''आम्ही अमेरिकन क्लबमध्ये जातो. तुलाही नेलं असतं बरोबर, पण तिथे फक्त अमेरिकन लोकच जाऊ शकतात. यू नो, फॉरिनर्स? आम्ही परत येईपर्यंत तू घरात राहशील का एकटी? चालेल तुला? वुड यू बी ऑलराईट?''

शौझियाला गंमतच वाटली.

आपण एकट्याच तर राहत आलोय कायम, काही तासांच्या एकट्या राहण्याचं काय एवढं?

''तुम्ही जा. आय विल बी ऑल राईट.''– ती म्हणाली.

– संध्याकाळी बार्बरा आणि मुलांना घेऊन गाडी बाहेर पडली. शौझियाने त्यांना 'बाय बाय' केलं. फाटक बंद करून ती घरात पाऊल ठेवणार तोच बेल वाजली.

''कुणीही बाहेरून हाक मारली किंवा बेल वाजवली तरी दार उघडू नकोस, कळलं?''– बार्बराने जाताना तिला बजावलं होतं, ''आमच्याजवळ चावी आहे. आम्ही स्वत:च दार उघडून घरात येऊ.''

शौझिया दार उघडणारच नव्हती,

पण बेल सारखी वाजतच राहिली.

थांबेचना.

कुणीतरी बाहेर फाटकाशी उभं आहे.

लक्ष न देऊन कसं चालेल?

शौझिया मागे वळली.

बाहेर फाटकाशी जाऊन तिने दार उघडलं.

दारात एक थकली भागली, भुकेली अफगाण बाई उभी होती. तिच्या हातात एक किडकिडं पोर.

त्या बाईने हात पसरले.

"माझं पोर उपाशी आहे कधीचं. काही खायला द्याल का?"

"हो. या ना. आत बागेत या."

शौझियाने पटकन तिला आत घेतलं.

ती धावत धावत घरात गेली. होती नव्हती तेवढी फळं, बिस्किटं भरून एक पिशवीच घेऊन आली आणि बाईला देऊन टाकली.

शौझियाला दुवा देत बाई निघून गेली.

"मजा आहे ना, जास्पर?"

तिला प्रचंड आनंद झाला होता.

जास्परने खूश होत मोठ्यामोठ्याने शेपटी हलवली.

घरात जाऊन शौझिया थोडा श्वास घेतो, तोच पुन्हा आवाज आला.

कुणीतरी बेल वाजवत होतं.

पुन्हा धावत जाऊन शौझियाने फाटक उघडलं.

भंगार वेचणाऱ्या पोरांचा एक घोळकाच दारात उभा होता. खांद्यावर रिकामी पोती. त्यांना डबे, बाटल्या, काच, पत्रा– काहीतरी भंगार हवं होतं.

– शौझियाला पटकन कल्पना सुचली.

तिने फाटक सताड उघडलं आणि सगळ्या पोरांना आत बोलावलं.

बाहेरच्या दिवाणखान्यात जॅक आणि पॉलच्या खेळण्यांचा खच पडला होता.

शौझियाने भंगारवाल्या पोरांना भरपूर खायला आणून दिलं. मग म्हणाली,

"खेळा ना! भरपूर खेळा!!"

कधी न बघितलेल्या त्या खेळण्यांशी कसं खेळतात; हेच त्या पोरांना माहिती नव्हतं.

शेवटी शौझियानेच पुढे होत एक गाडी उचलली आणि जमिनीवर जोरजोरात घासून झूमऽऽकन सोडून दिली. सगळ्या पोरांचे चेहरे उजळले.

थोड्या वेळाने पुन्हा बेल वाजली.

मग पाच-दहा मिनिटांच्या अंतराने वाजतच राहिली.

एक खूप मोट्ठं पोट आलेली गरोदर भिकारीण.

शौझिया ने तिला आत बोलावून वरच्या मजल्यावरच्या एका गारेगार सुगंधी खोलीत झोपण्याची व्यवस्था केली.

मग एक म्हातारा आला. शौझिया ने दिलेलं ग्लासभर दूध पिऊन विश्रांतीसाठी बाहेर बागेतच लवंडला.

एकामोगामाग एक भंगारवाली मुलं, भिकारी बायकांची रांगच लागली.

शौझिया ने एकेक करून सगळ्यांना आत घेतलं.

''ज्यांना गरज आहे अशा लोकांना मदत करणं टॉम आणि बार्बराला खूप आवडतं.''– ती ज्याला त्याला सांगत होती.

''वी लाईक टु शेअर व्हॉट वी हॅव.''

बार्बराने चारच दिवसांपूर्वी तर सांगितलं होतं.

शौझिया सगळ्या ''पाहुण्यांची'' सरबराई करण्यात गढून गेली. शेपटी हलवत जास्परही तिच्या मागे मागे फिरत होता.

फ्रीजमधलं सगळं अन्न, स्वयंपाकघरातल्या कपाटांमधले सगळे खायचे पदार्थ शौझिया ने वाटून टाकले.

खायच्या वस्तू संपल्यावर तिने घरातली खेळणी, चादरी, ब्लँकेटं, उशा... हाताला येईल ते सगळं भिकाऱ्यांना वाटलं.

जो तो खातोय... मुलं खेळतायत... जास्परची लगबग... अख्खं घर नुसतं गजबजून गेलं... जणू गावजेवणच!

''तुझी पाठ दुखते ना? ही घे उशी''– शौझिया ने एका बाईला टॉमच्या बेडरूममधली उशी दिली आणि दुसरीच्या अनवाणी पायातून रक्त येत होतं म्हणून तिला बार्बराचे नवे कोरे सँडल्स देऊन टाकले.

बरेचसे भिकारी, पोरं सगळ्यांच्या मळक्या अंगांना घाण वास येत होता.

शौझिया ने सगळ्यांना वरच्या मजल्यावरच्या बाथरूममध्ये पिटाळलं. एका कपाटात साबणाच्या वड्या मिळाल्या, त्याही वाटल्या.

– कित्येकांना आंघोळ करतात कशी, तेही आठवत नव्हतं.

शेवटी शौझिया स्वतःच वर गेली.

दोन छोट्या मुलींना पकडून त्यांच्या अंगावरची धुळीची-चिखलाची पुटं खसखसून धुण्यात शौझिया गर्क होती,

... तेवढ्यात बार्बरा आणि मुलं घरी परतली.

साबणाच्या फेसातल्या बुडबुड्यांशी खेळता खेळता त्या दोन पोरी इतक्या मोठमोठ्याने खिदळत होत्या, की बार्बराची किंचाळी शौझियाला ऐकूच गेली नाही.

बार्बरा पुन्हा किंचाळली.

तेव्हा मात्र शौझियानं ऐकलं.

"काय चाललंय इथे? शौझियाऽऽऽ"– बार्बरा जोराने किंचाळली.

पोरींचे केस धुणाऱ्या शौझियाचे हात साबणाने माखले होते. ती बाथरूममधून ओरडली,

"मी वर आहेऽऽ वरच्या बाथरूममध्ये."

जिवाच्या कराराने धावत जिना चढून संतापाच्या धापा टाकणारी बार्बरा पुढच्याच क्षणी बाथरूमच्या दारात हजर झाली.

"पाहा, किती स्वच्छ दिसतात ना आता?" बार्बराच्या कपाटातल्या नव्या गुबगुबीत टॉवेलने पोरींचे केस पुसतच शौझिया पुढे म्हणाली.

"हू आर दीज पीपल? काय, चाललंय काय इथे?" संतापलेल्या बार्बराच्या तोंडून शब्द फुटत नव्हते.

"शेअरिंग" शौझिया हसून कौतुकाने म्हणाली, "लाईक यू शेअर्ड विथ मी! सांगितलं सगळ्यांना, की आम्ही आमच्याकडे जे आहे ते वाटून घेतो म्हणून!"

"शेअरिंग?"– बार्बराने कपाळावर हात मारला.

"होऽऽ"– शौझिया म्हणाली, "यातल्या कुणाकडे काही खायला नव्हतं. सगळ्यांना भूक लागली होती, म्हणून तर ते आले आपल्या दारात."

"आणि तू घरात बोलावलंस त्यांना?"

– यात इतकं आश्चर्य वाटण्यासारखं काय आहे, हेच मुळी शौझियाला कळेना.

"मला वाटलं, आवडेल तुम्हाला."– ती काहीशी गोंधळून म्हणाली, "इतकं आहे या घरात आणि आपल्या जवळच्या गोष्टी 'शेअर' करणं आवडतं असं तुम्हीच नव्हता का म्हणालात?"

"कपडे... कपडे कुठेत यांचे?"

– बार्बरा किंचाळली.

आंघोळ उरकलेल्या दोन्ही नागड्या पोरी बाथरूमबाहेर येऊन तशाच उभ्या होत्या आणि बार्बराने जपलेल्या महागड्या गालिचावर पाण्याचं हे एवढं तळं...

– शौझियाने एका बादलीकडे बोट दाखवलं.

दोन्ही पोरींचे मळके कपडे तिने साबणाच्या पाण्यात भिजत घातले होते... बाहेरच्या उन्हात धुऊन घातले की वाळतील पटकन!

– बार्बरा पुढे झाली.

तिने भसाभसा बादलीतले कपडे उपसले.

कसेबसे पिळून शौझियाला दिले.

"त्यांना कपडे घाल... कपडे घाल आधी."

– बार्बरा रागावली आहे, हे एव्हाना शौझियाच्या लक्षात आलं होतं. ती काही

बोलणार एवढ्यात धडाधड जिना उतरून बार्बरा खाली गेली.

तिने प्रत्येकाला घराबाहेर हुसकावून लावलं.

तेवढ्यात वरच्या मजल्यावरून जॅक किंचाळला,

''मॉमीऽऽऽ देअर इज अ लेडी स्लिपिंग ऑन माय बेडऽऽऽ''

तात्काळ त्या गरोदर बाईची हकालपट्टी झाली.

ओल्या कपड्यांचे पिळे झटकून शौझियाने दोन्ही पोरींच्या अंगावर चढवले आणि फाटकाशी जाऊन स्वत: त्यांची पाठवणी केली.

''माफ करना''

– शौझियाला वाईट वाटलं होतं.

पण सुगंधी साबणाच्या आंघोळीची चंगळ झालेल्या पोरी मात्र खूश होत्या.

खांद्यावरच्या भंगाराच्या पिशव्या सावरीत निघून गेलेल्या त्या पोरी दिसेनाशा होईपर्यंत शौझिया फाटकातच उभी होती.

ती घरात परतली तर बार्बरा वेड लागल्यासारखी घरभर फिरत होती,

''ओ माय गॉड!! लूक ॲट धिस मेसऽऽऽ''

घरभर पडलेला पसारा आवरता आवरता तिचा गोंधळ उडाला होता.

खेळण्यांचा खच... भांडी... उष्ट्या ताटल्या... खरकटं...

''मी आवरते सगळं.''

शौझिया मदतीला पुढे झाली.

''पुष्कळ केलीस मदत!''– बार्बराच्या संतापलेल्या आवाजातला फणकारा शौझियाला नवीनच होता, ''यू हॅव डन इनफ. प्लीज गो ॲण्ड सिट इन द गार्डन.''

शौझिया मुकाट्याने बाहेर गेली.

तिथेच बसून राहिली.

तासाभराने टॉम घरी आला.

शौझियाला कुणी आत बोलावलं नाही, पण आतले सगळे आवाज तिला ऐकू येत होते. बार्बरा संतापलेली... ओरडत, रडत होती. टॉमला काही कळत नव्हतं.

''नो फूड लेफ्ट इन द हाऊस! थिंग्ज मिसिंग– टॉईज, क्लोथ्स. स्ट्रेंजर्स इन अवर बेड... ओ गॉड!''

टॉमला कसं सांगावं ते न समजून बार्बरा शेवटी रडलीच.

थोड्या वेळाने मुलांना घेऊन टॉम बाहेर आला.

''वी आर गोइंग टु गेट पिझ्झा''– शौझियाला पाहून जॅक म्हणाला, ''कॅन जास्पर ॲण्ड शौझिया कम विथ अस?''

''नोऽऽ''– टॉमने त्याला दटावलं, ''वी विल बी राईट बॅक.''

– गाडी निघून गेली.

त्या रात्री शौझियाने पिझ्झाची चव चाखली.

पहिल्यांदाच!

कधीपासून तिला खायचा होता पिझ्झा...

पण सगळे गप्प गप्प होते. शौझियाला कससंच झालेलं. घास जाईना.

जेवणानंतर शौझियाने भांडी घासली.

स्वयंपाकघर आवरलं.

तिच्याशी एका शब्दाने न बोलता बार्बरा आणि टॉम मुलांना घेऊन वर झोपायला गेले.

पाचच मिनिटं झाली असतील; तेवढ्यात वरून एक मोठ्ठी किंकाळी ऐकू आली आणि काय झालं ते कळायच्या आत टॉमची हाक,

"शौझियाऽऽ कुड यू कम अप हिअर?"

शौझिया वर गेली.

तर सगळे तिच्याच खोलीत जमले होते.

सगळीकडे कुजका वास सुटला होता. आणि पलंगाखाली मुंग्यांच्या रांगा...

"हे काय?"– टॉम संतापला होता, "व्हाय वेअर यू हायडिंग द फूड?"

"मला वाटलं की इथून गेल्यावर भूक..."

शौझियाला पुढे बोलायची हिंमतच होईना.

"बोलऽऽऽ का लपवलंस हे सगळं? व्हाय?"

बार्बरा संतापाने थरथरत होती.

"इथून जाताना बरोबर नेण्यासाठी"– शौझियाने कसेबसे शब्द जुळवले, "तेव्हा मग मला मिळणार नाही ना काही, म्हणून."

कुणी काहीच बोललं नाही.

शेवटी बार्बराच्या खांद्यावर थोपटत टॉम म्हणाला,

"वेट, आय विल गेट दी ब्रूम."

पलंगाखालचे कुजलेल्या अन्नाचे ढीग टॉमने झाडून काढले. चार चारदा घासून बार्बराने अख्खी खोली धुतली.

भीतीने, लाजेने अर्धमेली झालेली शौझिया एका कोपऱ्यात उभी होती.

सकाळी उठून नाश्ता बनवायचा तर स्वयंपाकघरात सगळा खडखडाट होता.

शेवटी टॉम बाजारात जाऊन काही जरुरीच्या वस्तू घेऊन आला.

उन्हं अंगावर आली, तरी नाश्त्याचा पत्ताच नव्हता.

सगळे टेबलाभोवती जमले.

बार्बरा म्हणाली,

"हे बघ शौझिया, तुझ्याकरता काही नवे कपडे घेऊ आपण."

हे काय मध्येच?

शौझियाचा श्वासच थांबला.

"रेफ्यूजी कॅम्पमध्ये परत जाताना... आमची आठवण म्हणून तुझ्या आवडीचं काहीतरी छानसं घेऊन जा."

ओठाशी नेलेला दुधाचा ग्लास शौझियाने तसाच टेबलावर ठेवला.

ती काहीच बोलली नाही.

बोलण्यासारखं काही उरलंही नव्हतं.

"तू आलीस, इथे राहिलीस... छान वाटलं आम्हाला." बार्बराच्या आवाजातला अनोळखी कोरडेपणा अजूनही गेला नव्हताच, "बट वी नीड टु जस्ट बी टुगेदर ॲज अ फॅमिली."

"माझा एक मित्र रेफ्यूजी कॅम्प चालवणाऱ्या संस्थेत काम करतो. आज सकाळीच मी भेटून आलो त्याला–" टॉम म्हणाला, "पेशावरच्या जवळच एक रेफ्यूजी कॅम्प आहे. तिथे विधवा स्त्रिया आणि छोट्या मुलांना ठेवतात, असं कळलं त्याच्याकडून."

"हे बघ, तिथे शाळा पण आहे, शौझिया. तुला जायचंय नं शाळेत?"– बार्बराने आपल्या आवाजात थोडा उत्साह आणला, "टॉमचा मित्र सांगत होता, त्या कॅम्पमध्ये नर्सिंगसुद्धा शिकवतात."

"तुझ्यासारखी खूप अफगाणी मुलं आहेत, शौझिया"– टॉमला खरंच वाईट वाटत होतं, "पण सगळ्यांची काळजी घेणं कसं जमेल आम्हाला?"

शौझिया मान उंचावून ताठ बसली.

आपली काळजी दुसऱ्या कुणाला घ्यावी लागली, हे तिला बरं वाटलं नाही. खरंतर काही गरजही नव्हती तशी.

"तुझा कुत्रा मुलांना खूप आवडतो."

आता बार्बराचा आवाजही मऊ झाला होता,"जास्परला राहू दे इथेच, शौझिया. आम्ही त्याला प्रेमाने सांभाळू. नाहीतरी रेफ्यूजी कॅम्पमध्ये त्याचे हालच होतील."

जास्परला काय कळलं, कोण जाणे!

तो शौझियाजवळ गेला आणि हिरमुसून तिच्या पायाशी बसला.

"वेल ऽऽ" – बार्बराच्या आवाजातला 'निरोप' स्पष्ट होता, "तुला कसले कपडे आवडतील? मुलाचे? की मुलीचे?"

"मुलाचे... प्लीज!"

शौझियाने विनंती केली.

... जायची वेळ आली.

आता पोट भरून खाऊन घ्यायला हवं होतं.

समुद्रावर जायची संधी कधी मिळेल... कोण जाणे?

कोण काय म्हणेल, बरं दिसेल का याची पर्वा न करता पोटाला तडस लागेस्तो शौझियाने भरपेट खाऊन घेतलं.

टॉमची गाडी रेफ्यूजी कॅम्पच्या दिशेने धावत होती. जास्परला घट्ट कवटाळून बसलेल्या शौझियाला घशाशी कससंच होत होतं. अंगावरच्या कपड्यांना अजूनही साबणाचा सुगंध येत होता आणि खांद्याला लटकवलेली पिशवीही चांगलीच जड होती.

नवे कपडे.

थोडी चॉकलेटं.

निघता निघता जॅकने भेट म्हणून दिलेली दोनच चाकांची मोडकी गाडी.

... आणि जीवापाड जपलेली एक साबणाची वडी.

बार्बरा आणि मुलांनी घरातून तिला निरोप दिला होता.

गाडीत फक्त टॉम, ती आणि जास्पर.

ज्या रस्त्याने चालत शौझिया पेशावरला पोचली, त्याच रस्त्यावरून टॉमची गाडी ती जिकडून आली तिकडेच धावत होती.

... रेफ्यूजी कॅम्प.

'त्याच' शिबिरात!

तिच्याशी एक शब्दही न बोलता टॉम शांतपणे गाडी चालवत होता.

शौझियाला वाटलं,

टॉमला द्यावं ढकलून!

म्हणजे तो गडगडत रस्त्यावर पडेल. आपण बसू त्याच्या जागी आणि हीच गाडी घेऊन निघून जाऊ थेट समुद्रावर!

नसेल येत गाडी चालवता;

काय बिघडलं?

पेशावरमध्ये इतके लोक वेड्यावाकड्या गाड्या चालवतात; आपणही चालवू!

– फक्त विचार.

शौझियानं तेवढंच केलं.

ती तशीच बसून राहिली.

खडखडत्या रस्त्यावर धूळ उडवत धडधड धावणारी गाडी 'त्याच' दगडमातीच्या कुंपणातून कधी आत घुसली, ते शौझियाला कळलंसुद्धा नाही.

"यु विल बी फाईन हिअर."

निर्वासितांच्या छावणीसमोर गाडी थांबवून टॉम पहिल्यांदा काहीतरी बोलला,

"इथे तुझ्या वयाची खूप मुलं राहतात, शौझिया. आणि माझा मित्र सांगत होता, की हा रेफ्यूजी कॅम्प एक बाईच चालवतात. त्या नीट काळजी घेतील तुझी. ओके?"

शौझिया काही न बोलता गाडीतून खाली उतरली. मागोमाग जास्परनेही उडी मारली.

"मी येऊ का आत तुझ्याबरोबर?"

टॉमने पुन्हा विचारलं.

शौझियाने नकारार्थी मान हलवली.

... आणि अगदी मनापासून टॉमचे आभार मानले... खरंतर तिला रडायलाच येत होतं.

बाहेर पडून रस्त्याला लागलेली टॉमची गाडी वेगाने दिसेनाशी झाली.

आता पुढे काय?

... तेवढ्यात कुणीतरी तिला पाहिलं.

"शौझियाऽऽऽ"

काही कळायच्या आत छावणीतली मुलं येऊन तिला इतक्या वेगाने बिलगली, की शौझिया धडपडलीच. प्रत्येकाने येऊन जास्परला मिठी घातली... आणि एकच गिल्ला केला. जास्पर तर खुशीने पागलच झाल्यात जमा होता.

पुन्हा एकदा तीच घाणेरडी दुर्गंधी शौझियाच्या नाकात घुसली.

तोच कुजकट, आंबूस वास अंगाला चिकटला.

साबणाने स्वच्छ धुतलेल्या तिच्या धुवट, सुगंधी कपड्यांनाही पुन्हा तीच घाण यायला लागली.

शौझियाने पिशवी उघडली.

त्यातली चॉकलेटं वाटून टाकली.

दोन चाकांची गाडी पोरांना खेळायला दिली.

पठाणी, सलवार कमीझही देऊन टाकला.

साबणाची वडी तेवढी ठेवली.

फ्रान्सला जाण्यापूर्वी जास्परला स्वच्छ आंघोळ घालायलाच हवी होती.

◆

दहा

सुंदर जांभळ्या फुलांच्या घोसांनी लगडलेली छोटी छोटी रोपं... लांबच लांब पार डोंगर उतारापर्यंत पसरलेल्या रोपांच्या रांगा आणि फुलांची शेतं... वर अथांग निळं आभाळ, त्यातला चमकता सूर्य... आणि स्वच्छ, उबदार उन्हात न्हाणारं सुंदर जग, कुठलाही अशुभाचा एवढासुद्धा डाग न लागलेलं!

एकेकाळच्या या देखण्या चित्रावर आता सुरकुत्यांचं जाळं पसरलं होतं.

कितीतरी दिवस घड्या करून करून शौझियाने खिशात बाळगलेला कागद, आता कडेकडेने फाटत आला होता.

''मला एक गोष्ट नाही समजत जास्पर...''

निर्वासित छावणीच्या एका घाणेरड्या कोपऱ्यात भिंतीला टेकून बसल्या बसल्या शौझिया जास्परशी बोलत होती,

''या चित्राकडे बघितलं ना, की पूर्वी मला वाटायचं, खरंच एक जांभळ्या फुलांचं टवटवीत शेत आहे... त्या शेतात मी बसलेय... छान सुगंधी वारा वाहतोय... मला खरंच वाटायचं सगळं. जांभळ्या फुलांचा वाससुद्धा यायचा... पण आता नाही तसं काही होत जास्पर. आता वाटतं, कसली फुलं? मासिकातून फाडलेलं रंगीत चित्र तर आहे!''

शौझियाने हातातला कागद जास्परपुढे धरला.

त्याने ढुंकूनसुद्धा पाहिलं नाही.

हज्जारदा पाहून पाहून जास्परलासुद्धा कंटाळा आला होता.

''तुझं बरोबर आहे, जास्पर'' शौझियाने शेवटी हार मानली, ''फ्रान्सला जाणं, त्या फुलांच्या शेतात बसून राहणं हे आता विसरलेलंच बरं बहुतेक! केवढे पैसे लागतील; ते कधी मिळणार मला आणि मी कधी जाणार तिकडे! मिळवलेले सगळे पैसे तर गेले. आता पुन्हा पहिल्यापासून सगळं सुरू करायच्या विचारानेसुद्धा मला कापरं भरलं जास्पर. नाहीच जमलं तर? आणि एवढं काय ठेवलंय त्या जांभळ्या फुलांच्या शेतात? तिथे झाडांना केवढे काटे असतील.. आणि सापसुद्धा असतील बहुतेक.''

शौझियाला खरंतर फाडूनच टाकायचं होतं ते चित्र. पण ती सुरुवात करणार फाडायला एवढ्यात स्वस्थ बसलेला जास्पर मान उचलून गुरगुरला.

म्हणजे, त्याला नाही आवडलेलं.

शौझियाने पुन्हा घडी घातली आणि जांभळ्या फुलांच्या चित्राचा तो कागद मुकाट खिशात ठेवून दिला.

पिवळ्या मातीने लिंपलेल्या भैताड भिंतींकडे शौझिया हताश नजरेने खूप वेळ पाहत राहिली.

मग रडवेली होऊन म्हणाली,

''मला आयुष्यभर नाही इथे राहायचं, जास्पर.''

जास्परने मानसुद्धा हलवली नाही.

मग तीच जास्परच्या शेजारी जमिनीवर लवंडली. त्याच्या कानाशी तोंड नेऊन हलक्या आवाजात म्हणाली,

''तुला खरं सांगू जास्पर? मला अजूनही फ्रान्सला जायचंय. जायचंच आहे मला. पण आता एकटं राहायची भीती वाटते! काय करू मी? सांग ना... काय करू?''

जास्परने कान उचलले.

शौझियाच्या कानाला चाटल्यासारखं केलं.

हे काही उत्तर नव्हतं शौझियाच्या प्रश्नाचं. पण तिला बरं वाटलं.

इतके दिवस तू होतीस कुठे?

काय केलंस?

कशी राहिलीस?

यातलं काहीच कुणी शौझियाला विचारलं नाही. वीरा मौसीनेच ताकीद दिली असणार बहुतेक सगळ्यांना. सगळ्या छोट्या छोट्या मुलांनी तिला आणि जास्परला मिठ्या मारल्या. त्यांची कित्ती आठवण येत होती सगळ्यांना हेही पुन्हा पुन्हा सांगितलं. पण 'तू कुठे गेली होतीस आणि परत का आलीस?' हे मात्र कुणीच

विचारलं नाही.

परत आल्यावर शौझियाला वाटे,

कुणीतरी विचारावं.

मोठ्या मुलांपैकी कुणीतरी आपली कळ काढावी.

म्हणजे तेवढं निमित्त करून कडकडून भांडता तरी येईल कुणाशी तरी.

... पण कुणीच काही बोललं नाही.

दिवसांमागून दिवस जात राहिले, तसा तिचा रागही हळूहळू थंड होत गेला. मनातली विचित्र खदखद आपोआप निवली.

उन्हाच्या तडाख्यातून वाचण्यासाठी एखादा सावलीचा तुकडा शोधायचा, आणि त्यात हुम्म बसून राहायचं, याखेरीज काही कामच नव्हतं शौझियाला.

वीरा मौसी तशीच होती.

हेकट आणि हट्टी.

एवढं फक्त, की तिच्या हेकटपणाची तऱ्हा बदलली होती.

पूर्वी ती शौझियाला किरकोळ, छोटी छोटी कामं सांगून वात आणत असे. आता तिने वेगळाच हेकटपणा सुरू केला होता.

एकदा छावणीच्या बाहेर युनायटेड नेशन्सच्या मदतीने खोदलेल्या 'बोअरवेल'च्या पंपावरून पाणी आणायला म्हणून शौझिया गेली, तर वीरा मौसीने तिला अडवलंच.

वर म्हणाली,

''तुला फ्रान्सला जायचं असेल ना, शौझिया?''

या प्रश्नाचा अर्थ शौझियाला कळायच्या आत तिच्या कडेवरची पाण्याने भरलेली कळशी काढून घेत वीरा मौसी म्हणाली,

''खूप कष्ट पडतील तुला फ्रान्सला जायचं म्हणजे. इथे असली क्षुल्लक कामं करून कशाला उगीच दमतेस तू?''

शेजारून एक मुलगा जात होता.

वीरा मौसीने शौझियाची कळशी त्याच्या डोक्यावर ठेवली.

... आणि सरळ निघून गेली.

आणखी बारा-पंधरा दिवस उलटले.

शौझियाला काही कामच नव्हतं.

सुरुवातीला तिला बरं वाटलं.

पण इतर माणसं काम करत असताना नुसतं बसून राहण्याचा तिला हळूहळू कंटाळा यायला लागला. लाजही वाटायला लागली.

"तू आहेस होय अजून इथेच? मला वाटलं, गेली असशील एव्हाना."

एके दिवशी वीरा मौसीने शौझियाच्या जखमेवर नव्याने मीठ चोळलं,

"तुझ्यासारखी इतकी हुशार, कामसू आणि महत्त्वाकांक्षी मुलगी; नुसतं बसून राहण्याचा कंटाळा येत असेल नं तुला?"

शौझिया ताडकन् उठली.

तोवर वीरा मौसीने लांब लांब ढांगा टाकत दुसऱ्या दिशेने चालायला सुरुवात केली होती.

शौझियाला संताप अनावर झाला.

तिला मोठ्यांदा किंचाळावसं वाटत होतं.

पण उपयोग काय?

संतापाच्या भरात तिने शेजारच्या भिंतीला जोराने लाथ मारली.

सणसणून उठलेल्या कळांनी तिच्या डोक्यात नव्याने जाळ झाला.

सुन्न होऊन शौझिया जागीच बसली.

तेवढ्यात तिच्या लक्षात आलं,

समोर दोन मुलं उभी आहेत.

गोल दगडाला फुटबॉल समजून चाललेला खेळ मध्येच थांबवून त्यांनी सगळा तमाशा पाहिलाय.

डोक्यात तिडीक जाऊन शौझिया उठली.

मख्ख उभ्या मुलांच्या अंगावर धावून जात करवादली,

"काय चाललंय? इथे काय जेवायला वाढलंय? अं? उभे काय शुंभासारखे? काम नाही तुम्हाला? अं? काम नाही? कामं सोडून खेळत बसता; लाज नाही वाटत? उचला ती भांडी आणि पळा... पळा पाणी भरायला."

शौझियाचा अवतार बघून पोरं भेदरली.

त्यांनी मुकाट प्लॅस्टिकच्या कळशा उचलल्या आणि दोघंही पाणी भरायला धावले.

"मजा आहे ना जास्पर?"

शौझियाला गंमत वाटली.

एकदम डोक्यात नवा प्रकाश पडल्यासारख्या उत्साहाने ती जास्परला म्हणाली,

"वीरा मौसीला वाटतं, तिला सगळे घाबरतात. ती आहे म्हणून सगळं नीट चालतं. तसं काही नाहीये जास्पर. गलथानपणा चाललाय सगळा. वीरा मौसीचं काम तिच्यापेक्षा शंभरपट जास्त चांगलं करून दाखवते की नाही, बघच तू... चल."

शौझिया उत्साहाने निघाली.

जास्पर मात्र जागचा हलला नाही.

तो तसाच मख्ख चेहरा करून शौझियाकडे पाहत स्वस्थ बसला होता.

खाली वाकून त्याच्या कानामागे खाजवत शौझिया म्हणाली,

"असा निराश नको होऊस, जास्पर. आपण नक्की जाऊ फ्रान्सला. तिथल्या जांभळ्या फुलांच्या शेतात बसून पत्र लिहू वीरा मौसीला आणि तिला कळवू की केवढी मजा असते फ्रान्समध्ये. पण आत्ता नाही. वीरा मौसी 'जा' म्हणाली, म्हणून लगेच जायचं का आपण? – मुळीच नाही. थोडा धीर धर, जास्पर. आत्ताच निघायचा हट्ट नको करू. मला थोडी भीती वाटतेय, जास्पर. आत्ताच कसे जाणार आपण?"

शौझियाने स्वत:ला कामात झोकून दिलं.

वीरा मौसीला भीक न घालता स्वत:च कामं शोधायची आणि कुणाच्या परवानगीची वाट न पाहता; आपली आपणच ती उरकायचा धडाका लावला.

निर्वासितांच्या त्या छावणीत दिवसभर नुसत्या उंडारणाऱ्या थोड्या मोठ्या पोरांना एकत्र करून शौझियाने त्यांचे गट पाडले. अख्ख्या छावणीत फिरून कचरा उचलण्याची, भंगार जमा करण्याची कामं त्यांना वाटून दिली.

लहान मुलांना एकत्र बसवून अंकगणित शिकवायला घेतलं. दगडांच्या राशी मांडून अंक कसे मोजायचे त्याचे धडे सुरू केले.

"उद्या मोठं झाल्यावर तुम्हाला काम करावं लागणार." शौझिया त्या मुलांना सांगे, "तुम्हाला हिशेब करता आला नाही तर प्रत्येक जण तुम्हाला फसवील. जास्त कामाचे कमी पैसे देईल. चालेल का असं?"

युनायटेड नेशन्सने उघडलेल्या गोदामातून आपल्या छावणीच्या वाटचं धान्य आणायची जबाबदारी शौझियाने स्वत:हून उचलली. रोज नेमाने पाणी भरणंही सुरू केलं. शक्यतो वीरा मौसीच्या नजरेलाच पडायचं नाही, असं तिनं ठरवून टाकलं होतं. वीरा मौसीनेही मग तिला अडवलं, हटकलं नाही.

शौझियाला एक नवी मैत्रीणसुद्धा मिळाली.

– फरझाना.

नवीनच आली होती. वयाने तशी लहानच होती शौझियापेक्षा.

छावणीच्या दुसऱ्या टोकाला फरझाना तिच्या फूफीबरोबर राहत असे. पण फूफी मेल्यावर ती एकटी पडली. मग वीरा मौसीने तिला आपल्या शिबिरात आणलं.

"ती माझी खरी फूफी नव्हती काही..." एके दिवशी फरझानाने शौझियाला सांगितलं, "माझी फूफी मेल्यावर मी त्या बाईबरोबर राहिले होते. असं खूपदा झालं,

शौझिया. एक कुणीतरी मेलं की दुसऱ्याच्या सोबतीने राहायचं. आता इतकं बरं वाटतंय ना इथे आल्यावर. इथे इतकी माणसं आहेत; कुणी एक मेलं म्हणून मला दुसरीकडं नाही जावं लागणार आता.''

शौझिया आणि फरझानाची गट्टी जमली.

दोघी सतत बरोबर असत.

काही कामासाठी दुसऱ्या शिबिरात जाताना शौझिया नेहमी फरझानाला सोबत घेऊन जाई. परवानानंतर किती तरी दिवसांनी तिला दुसरी मैत्रीण मिळाली होती.

फरझाना असली की शौझियाला वाटे,

परवानाच आलीय परत.

छावणीतल्या लोकांची परिस्थिती दिवसेंदिवस जास्तच भीषण होत चालली होती. भिंतीला टेकून शून्य नजरेने आकाशाकडे पाहत बसलेल्या बायका आणि पुरुष आता स्वत:शीच बडबडताना दिसत.

शौझियाला वाटे, काय होईल या माणसांचं?

त्यांना पुन्हा कधीतरी 'जगता' येईल का? 'हसता' तरी येईल का?

पुष्कळ झालं!

आता इथून बाहेर पडायला हवं. नाहीतर एक दिवस आपल्यालाही वेड लागेल– तिने स्वत:शीच ठरवून टाकलं.

उन्हाळा तापत चालला.

रोज दुपारी नुसती रणरण होई.

एके दिवशी उकाड्याने हैराण झालेली फरझाना म्हणाली, ''भट्टीत नान ठेवतात ना भाजायला; तसं होतंय मला.''

वाऱ्याची चुकार झुळूकसुद्धा येत नव्हती. नुसती रणरणती भट्टी.

त्यातल्या त्यात जरा बरी जागा शोधून शिबिरातल्या घामट कलकलाटापासून दूर दोघी बसल्या होत्या. तरी माणसांची वर्दळ होतीच आजूबाजूला.

थोडा तरी शांत एकांत असावा म्हणून शिबिराच्या एका बाजूला जावं तर उघड्या हागणदारीचा घाण भपकारा...

आणि ती दुर्गंधी नको म्हणून थोडं अलीकडं बसावं, तर कलकलाट!

पोटांचे नगारे वाढलेली आणि हातपायाच्या काड्या झालेली रोगट पोरं इकडे तिकडे वळवळत होती. शिबिरात रोजचं रडणं, विव्हळणं सुरूच होतं.

''समुद्रावर छान गार वारा असेल.''– उकाड्याने हैराण झालेली शौझिया सहज बोलून गेली.

''समुद्र?'' – फरझानाला काही कळेना, ''काय असतं समुद्र म्हणजे?''

"अरबी समुद्र. कराचीला लागून आहे तो." शौझिया म्हणाली, "तोच समुद्र पुढे मोठ्या महासागरात मिसळून जातो."

"महासागर म्हणजे काय?" फरझानाने विचारलं.

"महासागर म्हणजे..."

काय सांगावं ते शौझियाला सुचेना.

"खूप पाणी असतं. खूप खूप पाणी. एकाच जागी साचलेलं असतं."

फरझाना थोडा वेळ विचारात पडली.

मग म्हणाली,

"या छावणीत पण आहे एक महासागर. आम्ही राहायचो ना आधी, त्या शिबिराजवळ. संध्याकाळी उन्हं उतरली ना, की मी जाईन तुला तिथे घेऊन. आपण दोघीही जाऊ."

– सावलीच्या त्या चतकोर तुकड्यात दोघी मैत्रीणी लवंडल्या.

झोपून गेल्या.

तिकडे छावणीत वीरा मौसीचा नेहमीचा आरडाओरडा सुरू होता. शौझिया आणि फरझानाला त्यातलं काही ऐकूच येत नव्हतं.

"हे बघ... महासागर"

संध्याकाळी फरझाना शौझियाला छावणीतला महासागर दाखवायला घेऊन गेली.

जेमतेम दहा बाय दहा फूट आकाराच्या एका पाण्याच्या टाकीशी दोघी उभ्या होत्या.

टाकी पाण्याने आणि कचऱ्याने भरलेली. पाण्यावर सगळीकडे शेवाळ्याचे ढीग आणि वर घोंघावणारे डासांचे थवे.

तेवढ्यात एक बाई आली.

त्या टाकीतून बादलीभर पाणी घेऊन गेली.

"याला महासागर नाही म्हणत, फरझाना," शौझियाने आपल्या मैत्रिणीला समजावलं.

"महासागर म्हणजे खूप जास्त पाणी असतं. जिकडे पाहावं तिकडे पाणीच पाणी. महासागर खूप मोठ्ठा असतो, खूप खोल आणि त्यातलं पाणी स्वच्छ, सुंदर, निळंनिळं असतं. मी जाणारेय त्या महासागरावर."

"मी कधीच नाही बघितला महासागर." फरझाना उत्साहाने म्हणाली, "मला चल ना घेऊन तुझ्याबरोबर."

"तुला कसं नेणार मी?" शौझियाच्या कपाळावर नकळत आठी उमटली.

"खूप लांब जावं लागतं आणि खूप पैसे लागतात तिकडे जायला. मला

स्वत:लाच जायला इतका त्रास होणारेय, तुला कुठून नेऊ? आणि मी फक्त त्या समुद्रावर जाऊन तिथेच थांबणार नाहीये काही. मला तिथून पुढे पण खूप लांब जायचंय. तुझं लचांड मी नाही बाबा गळ्यात घेणार माझ्या.''

फरझानाचे डोळे भरून आले.

शौझियाकडे पाठ वळवून ती म्हणाली,

''काही नको मला कुणी कुठे घेऊन जायला. माझी मी जाईन एकटी. समुद्रावर पण जाईन.''

– फरझाना तिथून निघून गेली.

तिच्या पाठमोऱ्या आकृतीकडे पाहताना शौझियाला वाईट वाटलं.

उगीच बिचारीचं मन मोडलं आपण!

''मी तिला 'हो' म्हणायला हवं होतं का रे?'' –तिने जास्परला विचारलं.

''खोटं तर खोटं. आत्तापुरतं नुसतं 'हो' म्हटलं असतं तर खूश झाली असती फरझाना.''

– कधी कधी नक्की काय करावं, हेच शौझियाला कळत नसे आणि विचार करून करून तिचा इवलासा मेंदू पार गरगरून जाई.

– तिला खूपच वाईट वाटलं.

उगीच दुखावलं आपण फरझानाला.

''थांब, थांब फरझानाऽऽ''– ती आपल्या मैत्रिणीमागे धावली, ''मी जाईन तुला घेऊन माझ्याबरोबर. आपण दोघी जाऊ समुद्रावर... फरझानाऽऽऽ''

◆

अकरा

कपाळावर आलेल्या घामाभोवती घोंघावणाऱ्या माश्या हाकलत शौझिया कधीची बसली होती.

आजूबाजूचे सगळेही तेच करत होते.

... सर्वत्र घोंघावणाऱ्या माश्या हाकलणे.

"दरवेळी ही अशी वाट पाहावी लागते."– शौझियाच्या शेजारचा माणूस वैतागून म्हणाला, "त्यांना काय वाटलं, आम्हाला काही उद्योग नाही दुसरा? बाहेर फिरलो असतो तर थोडं काम तरी मिळालं असतं."

"काम मिळतं इथे?"– शौझियाचे डोळे चमकले.

"हो. पेशावरला जायला लागतं पण..."

– शौझिया हिरमुसून पुन्हा माश्या हाकलत बसली. त्या शहरात परत पाऊल ठेवण्याची इच्छाच मरून गेली होती.

निर्वासितांच्या छावणीत उभारलेल्या मोठ्या गोदामात कधीचे सगळे बसले होते... शिधावाटपाची वाट पाहत. आज सगळ्यांना आटा मिळण्याचा वार होता.

"संध्याकाळी जाऊन आणला आपल्या शिबिराचा शिधा तर काय बिघडलं?"

– शौझियाने सकाळीच वीरा मौसीशी वाद घातला होता.

"हे बघ शौझिया, आट्याचा ट्रक येईल तेव्हा तू जर तिथे नसशील, तर नंतर एक कणसुद्धा वाट्याला नाही येणार तुझ्या; कळलं ना? उपाशी राहायची वेळ येईल सगळ्यांवर."

– दर आठवड्याला एक मोठा ट्रक येऊन पिठा–मिठाचं वाटप करून जाई.

दुपार उलटली, तरी त्या ट्रकचा काही पत्ता नव्हता. शेवटी संध्याकाळी तिथल्या रखवालदाराने ओरडून सांगितलं,

''आज काही नाही आता. जाव सब अपने अपने घर.''

''काही नाही म्हणजे?''– सकाळपासून वाट पाहून कावलेल्या एका माणसाचा संताप अखेर फुटलाच,''आत गोदामात पोती भरलेली आहेत. खिडकीतून दिसतंय सगळं आणि तू खुशाल आटा नाही म्हणून सांगतोस? भुकेली पोरं आहेत; त्यांना काय घालू खायला? माझी हाडं?''

''आतला आटा तुमचा नाही''– रखवालदाराने जाहीर केलं, ''आज पुरेसा शिधा आलेला नाही. जा आता इथून.''

– दुसरं काही करण्यासारखं नव्हतचं.

सगळे मुकाट्याने आपापल्या शिबिरात परतले.

''जाऊ दे शौझिया, थोडं धान्य आहे अजून शिल्लक. काही दिवस काढू आपण त्याच्यावर.''– वीरा मौसीने शौझियाला समजावलं.

''दिवस काढू म्हणजे?'' टॉम आणि बार्बराच्या घरातली ओसंडून वाहणारी कपाटं, खचाखच भरलेला फ्रीज – सगळं शौझियाच्या नजरेसमोर तरळून गेलं. ती संतापून म्हणाली,

''मिळत कसं नाही धान्य? तक्रार केली पाहिजे आपण.''

''जाऊ दे. आपण घेऊ भागवून.''

– वीरा मौसीला वाद वाढवायचा नव्हता.

शेवटी सगळ्यांच्या पोटाला चिमटे लावून कशीबशी भागवाभागवी झाली.

आठवड्याभराने पुन्हा शिधावाटपाचा दिवस आला. ठरल्या वेळी शौझिया गोदामाकडे गेली.

पुन्हा तेच.

दिवसभर ताटकळून वाट पहिल्यावर संध्याकाळी नकारघंटा.

– इतरांसारखीच शौझिया रिकाम्या हाताने शिबिरात परतली.

पुन्हा पुढल्या आठवड्यात तेच झालं, तेव्हा मात्र शौझियाचा संयम सुटला. ती वैतागली होती. पोटातल्या न संपणाऱ्या भुकेने कासावीस झाली होती.

''इथे राहण्यात काही अर्थ नाही''– एके दिवशी वैतागून तिने वीरा मौसीला बोलून दाखवलंच, ''शहरात गेले तर काम शोधता येईल. दोन वेळा खायला तरी मिळेल निदान.''

''शहरात तुला पीठ–मीठ मिळवता येईल; पण ते तू इकडे कसं घेऊन

येणार?''– वीरा मौसीने विचारलं, ''एवढं कसं कळत नाही तुला शौझिया?''

''इकडे कशाला आणू मी? इथल्या लोकांना जेवायला घालणं ही काही माझी जबाबदारी नाही.''

''नाही कशी? ती जशी माझी जबाबदारी आहे, तशीच तुझीही आहे.''– वीरा मौसी म्हणाली, ''हे बघ शौझिया, तू आणि मी – आपण दोघी निदान हाती-पायी धड आहोत. आपल्याला विचार करता येतो. इथल्या लोकांकडे तर काहीच नाही यातलं. बरेच अपंग आहेत, उरलेले ठार वेडे. यांची जबाबदारी आपण नाही तर कुणी घ्यायची?''

''पण मग करूया ना काहीतरी ऽऽ''– न राहवून शौझिया ओरडली, ''इथे आपल्या नजरेसमोर माणसं उपाशी मरतात; आणि आपण आपल्या धडधाकट हातापायांसकट काही न करता नुसते बसून राहतो. असं कसं चालेल?''

''मी सगळ्यांना भेटलेय, शौझिया. इथल्या प्रत्येक व्यवस्थापकाला ठाऊकेय इथे काय चाललंय ते''– वीरामौसीने तिची समजूत घातली. ''आपल्या हातात काही नाही याहून. ज्या संस्था इथल्या शिबिरांसाठी धान्य पाठवतात त्या देणग्यांवर चालतात, शौझिया. त्यांना देणग्याच नाही मिळाल्या; तर कुठून येणार धान्य?''

''पण वीरा मौसी, त्या गोदामात धान्याची पोती आहेत ना भरून ठेवलेली! मी बघितलं खिडकीतून.''

''ते धान्य वेगळ्या शिबिरांतल्या लोकांसाठी राखून ठेवलं असेल, शौझिया.''

''पण मग काय आपण उपाशी मरायचं?''

''अफगाण स्त्रियांसाठी काम करणाऱ्या इतरही काही सामाजिक संघटनांशी बोललेय मी. काहीतरी व्यवस्था होईलच. तोपर्यंत धीर धरायला हवा.''

धीर.

त्या एका शब्दासरशी भुकेने कावलेल्या शौझियाच्या डोक्यात संतापाचा जाळ झाला.

''धीर धरायचासुद्धा कंटाळा आलाय आता. कुणालाच नाही सहन होत ही भूक... हो ना जास्पर?''

चेहरा टाकून उभ्या असलेल्या जास्परने शेपटी हलवली.

– पेशावरमधल्या हॉटेलच्या अन्नावर मारलेला डल्ला... कचऱ्याच्या टोपल्यांवर झडप घालून केलेली लूट...

– त्या आठवणींबरोबर शौझियाच्या मनात काहीतरी चमकलं.

ती तयारीला लागली.

''हे बघ, राखण करायला ठेवलेले रखवालदार नेहमी पुढच्या बाजूला उभे

असतात''— तिने फरझानालाही आपल्यात सामील करून घेतलं, "मागच्या बाजूला कुणाचंच लक्ष नसतं. ते आळशी रखवालदार फिरकतच नाहीत तिकडे.''

— फरझानाचेही डोळे चमकले.

दोघींनी मिळून पुष्कळ वेळ खलबतं केली आणि बेत ठरवला. शिबिरातल्या बाकीच्या मुलांनाही आपल्यात सामील करून घेतलं. जेवढ्यांना विचारलं, त्यातला प्रत्येक जण तयार झाला.

सगळ्यांनाच भूक लागली होती.

दुसऱ्या दिवशी भल्या पहाटे; उजाडता उजाडताच सगळे हळूच बाहेर सटकले.

जास्परही बरोबर होताच.

मुलं कधी आणि कुठे गेली; त्याचा कुणाला थांगपत्तासुद्धा लागला नाही.

छोट्या मुलांना सोबत घेऊन फरझाना गोदामाच्या पुढल्या बाजूला गेली.

तिथल्या रखवालदारांना उगीचच उलट-सुलट प्रश्न विचारून गुंगवून ठेवायचं, एवढंच त्यांचं काम होतं.

बाकीची मुलं संधी साधून मागच्या बाजूला घुसली.

शौझियाने शिबिरातल्या स्वयंपाकघरातून एक धारदार चाकू बरोबर आणला होता. गोदामाच्या मागच्या बाजूच्या पत्र्याला असलेल्या खिडकीच्या कडा शौझियाने कापल्या.

तेवढ्या भोकातून पोरं पटापट आत घुसली.

गोदामातलं धान्य... पीठ... पोत्यांना चटपट पाय फुटले.

पोरांनी सोबत आणलेल्या एका हातगाडीवर भराभर गोदामातला माल रचला जाऊ लागला.

पोरापोरांमध्ये गुप्ततेने केलेली खलबतं बाहेर कशी फुटली, कोण जाणे!

पण फुटली.

प्रत्येकावर बारीक नजर ठेवून बसणं एवढाच उद्योग असणारे रिकामटेकडे लोक पुष्कळच होते. त्यांच्यापैकी कुणीतरी काडी टाकली असणार...

गोदामातून बाहेर आणलेल्या पोत्यांनी पोरांची हातगाडी जेमतेम निम्मी भरते न भरते तोच अचानक मोठी माणसं उगवू लागली.

त्यांच्यात चांगले भले दांडगे पुरुष होते.

त्यांनी पोरांना ढकलून पोत्यांवर कब्जा करायला सुरुवात केली.

आधी पोरं गोंधळली.

पण मग इतक्या मुश्किलीने मिळवलेल्या धान्याच्या/पिठाच्या पोत्यांवर अक्षरशः आडवी पडली.

झटापट सुरू झाली.

आरडाओरडा...हिसकाहिसकी...

...आणि सगळंच संपलं.

गोदामाचे रखवालदार मागच्या बाजूला धावले. त्यांनी आणखी आरडाओरडा केल्यावर कुठूनशी आणखी माणसं उगवली.

अवघ्या काही मिनिटांत धान्याने भरलेल्या गोदामाभोवती भुकेल्या माणसांचा मोठ्ठा जमाव जमला. एकमेकांना ढकलत धान्याच्या गोणी पळवण्यासाठी सगळेजण एकाच वेळी गोदामावर तुटून पडले.

आरडाओरडा कसला म्हणून धावत आलेल्या माणसांनीही रेटारेटी करायला सुरुवात केली.

– अवघ्या काही मिनिटांत अक्षरश: रणकंदन माजलं.

भुकेल्या पोटी प्रत्येक जण एकमेकांवर तुटून पडला.

शौझिया चक्रावली.

फरझाना कुठे आहे? आणि तिच्या बरोबरची लहान मुलं?

तिला काही म्हणता काही कळत नव्हतं.

संतापाने फणफणलेल्या मोठ्या माणसांच्या अक्राळविक्राळ गर्दीत नखाएवढी पोरं कुठे चिरडली गेली; कुणाला कळणार?

आरडाओरडा, ढकलाढकली

... आणि शेवटी मारामारी सुरू झाली.

लोक एकमेकांवरच तुटून पडले.

पिठाने भरलेली एक छोटी गोणी छातीशी घट्ट पकडून शौझिया जिवाच्या कराराने गर्दीतून वाट काढत होती.

तेवढ्यात कुणीतरी तिच्या गोणीलाच हात घातला.

शौझियाने संतापून वर पाहिलं.

तर तिच्या तिप्पट आकाराचा एक माणूस त्या पिठासाठी अंगाला झटत होता.

"माझ्या मुलांना खाऊ दे. भुकेली आहेत ती."– तो किंचाळला.

"मग मी काय खाऊ?"

त्याच्या दुप्पट आवाजात शौझिया ओरडली.

पण त्या बलदंड माणसापुढे शौझियाचं काही चाललं नाही.

त्याने हात उंचावला आणि शौझियाला खाली चेपत तिच्या डोक्यावर जोरात फटका मारला.

... नजरेसमोर भोवळ आलेली शौझिया धडपडली. भेलकांडत गेली.

दगडावर डोकं आपटून चिखलाच्या राडीत पडताना तिच्या हातातली पिठाची गोणी चोरून धूम पळालेला तो माणूस तिला स्पष्ट दिसला.

शौझियाला तसंच उठून त्याच्यामागं पळायचं होतं. त्या नालायकाला खाली खेचून त्याच्या डोक्यावर जोराचा फटका हाणायचा होता. त्याच्या हातातली पिठाची गोणी हिसकावून...

... पण तिच्या डोक्यात उसळलेला संताप बाकीच्या शरीरात पोचलाच नाही.

मेंदूत काहीतरी खदखदत होतं; पण सुन्न हातापायांची हालचालच होईना.

शौझियाचं लोळागोळा शरीर तसंच चिखलात विव्हळत पडलं.

तेवढ्यात रागावलेल्या तितरबितर माणसांची एक मोठी झुंड तिच्याच दिशेने धावत आली आणि धुराळ्यासकट तिलाही तुडवत पुढे जात राहिली.

खूप वेळ शौझियाला इतस्तत: धावणारे पाय तेवढे दिसत होते.

या धावपळीत धान्याची पोती फुटली.

चिखलाच्या राडीत पिठाच्या गोण्या उपड्या झाल्या.

जिकडे तिकडे पीठच पीठ.

हिवाळ्यात बर्फाच्या भुरभुरीने पांढऱ्या धोप होणाऱ्या काबूलची आठवण व्हावी असा नुसता वर्षाव!

जिवाच्या कराराने मिळवलेला घास चिखलाच्या राडीत मिसळल्यावर भुकावली माणसं रागाने बेभान झाली.

... शौझिया तुडवली जात होती.

तिच्याकडे कुणाचं लक्षसुद्धा नव्हतं.

जणू चिखलाचा गोळा,

माणूस नाहीच!

तेवढ्यात तिच्या नडगीवर कुणाचा तरी पाय पडला.

असह्य वेदनेने शौझिया कळवळली.

...हळूहळू तिच्या नजरेसमोर अंधार पसरला.

काहीच कळेनासं, दिसेनासं झालं.

अखेरीस जास्परने तिला शोधून काढलं, तोवर शौझियाची शुद्ध हरपली होती.

जास्परला काय करावं काही कळेना.

पुढले दोन पाय शौझियाच्या छातीवर ठेवून जास्पर जिवाच्या कराराने उभा राहिला.

लालभडक डोळ्यांनी तो अखंड भुंकत होता.

जास्परने कुणालाही शौझियाच्या जवळपास फिरकू दिलं नाही.

◆

बारा

शौझियाचं डोकं जड झालं होतं.
...काळ्याकभिन्न दगडांच्या राशीखाली गाडलं गेल्यासारखं!
सतत गूं गूं असा गुणगुणाट.
आणि एक थंडगार सुन्नपणा.
... कसले आवाज येतायत?
काही कळेना.
डोळे उघडून पाहावं म्हणून तिने थोडी हालचाल करून पाहिली.
... पापणीच उघडली जाईना.
तेवढ्या हालचालीनेही प्रचंड थकवा आला...आणि पुन्हा काळीकभिन्न, थंडगार गुंगी!
थोड्या वेळाने शुद्ध आली.
डोळे जरासे उघडले.
आणि तोंडातून अस्पष्टसं कण्हणं उमटलं.
डोक्यात वेदनांचे घण पडत होते.
छातीत असह्य कळा.
आणि पाय?
... पायाला काय झालं?
तिला पायच हलवता येईना.

अर्धवट उघड्या तोंडातून एक अस्पष्ट किंकाळी तेवढी बाहेर पडली.

''शौझिया ऽऽऽ''

लांबलचक, अंधाऱ्या बोगद्यापलीकडून हाक यावी तसं काहीसं तिच्या कानांवर पडत होतं.

हा कसला आवाज?

''शौझियाऽऽऽ''

हळूहळू आवाज थोडा स्पष्ट होत गेला.

''शौझिया ऽऽ ऊठ आता! ऊठ ऽऽ''

काहीतरी ओळखीचं वाटत होतं.

पण मेंदूला अशी विचित्र ग्लानी चढलेली... कुणाचा आवाज? कोण काय म्हणतंय?... शौझियाला काही म्हणता काही कळेना.

''नखरे पुरे झाले. ऊठ शौझिया...''

त्या वाक्याने शौझियाच्या सुन्न डोक्यात एकदम खटकी पडली.

... वीरा मौसी!

हलके हलके ग्लानीचा पडदा दूर झाला. तर हलकेच उघडलेल्या दुखऱ्या डोळ्यांपुढे तोच नकोसा चेहरा.

वीरा मौसी!!

''काय? काय झालं?...''

''तू दवाखान्यात आहेस''– वीरा मौसी म्हणाली, ''हातापायाला लागलंय तुझ्या. पण घाबरू नकोस. बरी होशील लवकरच. कळलं ना? बरी होशील तू.''

–वीरा मौसी धीर देत होती; तरी त्या शब्दांचे खडे टोचलेच शौझियाच्या कानांना. 'निघून जा इथून, चालती हो.' असं सांगायला तिने दोन्ही हात हलवले वीरा मौसी समोर. तर ती म्हणाली,

''राहू दे, शौझिया. आभार कसले मानतेस?''

सहज पुढे होत तिने शौझियाचा हात हातात घेतला. क्षणभर शौझियाला शांत, स्वस्थ... सुरक्षित वाटलं.

''तो जो काय तमाशा केलास त्या गोदामासमोर, त्याबद्दल पश्चात्ताप होतोय नं आता? असू दे. ते प्रकरण नंतर निस्तरू आपण. आत्ता आराम कर. विश्रांती घे आणि लवकर बरी हो. कळलं?''

– वीरा मौसी उठली तसा शौझियाच्या खाटेला चांगलाच दणका बसला.

तिला वाटलं, चला! पिडा टळली!!

''एवीतेवी शौझिया आलीच आहे इथे तुमच्या कॅम्पमध्ये, तर नर्सिंगचं प्रशिक्षण टाका सुरू करून. काहीतरी शिकेल निदान.''– जाता जाता वीरा मौसीने आजूबाजूच्या

लोकांना हुकूम सोडला.

विरोध कसला करणार?... 'नाही' म्हणण्याचीसुद्धा ताकद नव्हती.

आधीच वेदनांनी कळवळणारी शौझिया जागच्या जागी चरफडली... ही वीरा मौसी सदान् कदा आपलं तेच खरं का करते?

दुसऱ्या दिवशी सकाळी शौझियाच्या डोक्यात बसणारे घण थोडे कमी झाले होते.

तिला डोळेही उघडता आले नीट.

पाहते, तर पायावर हे मोठं प्लास्टर!

"पायातली हाडं मोडलीत, शौझिया." एका नर्सने तिला तपशील सांगितला, "छातीतही दुखेल काही दिवस, पण ते होईल बरं. आम्हाला खरं म्हणजे तुझ्या डोक्याचीच जास्त काळजी वाटत होती. एवढा मार बसला, इतकं रक्त गेलं, पण तुझी कवटी फारच मजबूत असणार... नाहीतर तुला शुद्धच नसती आली. डॉक्टर म्हणाले, डोक्याला विशेष दुखापत नाही. तेव्हा काळजी नको करू. पण तुझा चेहरा एकदा पाहा शौझिया, जखमांनी काळानिळा पडलाय अक्षरश:."

"सगळीकडेच लागलंय मला. खूप दुखतंय."– शौझिया विव्हळली. चेहरा कसा का दिसेना? बघायचा म्हटला तरी आरसा कुठे मिळणार?– तिला तिच्या वेदनांची काळजी पडली होती.

"खूप दुखतंय मला. औषध देशील का काहीतरी? एखादी गोळी?"– तिने नर्सला विचारलं.

"सहन कर, शौझिया."– नर्स म्हणाली, "आमच्याकडची सगळी औषधं संपत आली आहेत. वेदना आपोआप कमी होतील आणि काही दिवसांनी थांबतील."

"पण माझा पाय... पाय बरा होईल का गं?"– नर्सचं उत्तर ऐकायचीसुद्धा शौझियाला भीती वाटत होती.

"हे बघ, तुझ्या पायाला साधं फ्रॅक्चर झालंय. सहा आठवडे प्लास्टरमध्ये ठेवला की झालं! मग तू चालायला लागशील."

"सहा? सहा आठवडे?"

"ओरडू नकोस." नर्स खेकसली, "दुसरीकडे कुठे जाता येईल का तुला?"

"जाता येईल का म्हणजे?– येईलच! तुला काय वाटलं?– या असल्या घाणेरड्या जागेत मला जन्मभर राहायचंय?"

"तुलाच काय, इथे कोणालाच राहायचं नाहीये, शौझिया! तरी आपण आहोत ना इथे?"

"मला नाही राहायचं इथे."– शौझियाने स्वच्छ सांगितलं.

"नको राहूस. तुला काही कैदेत नाही ठेवलेलं इथे, कळलं ना? जायचं तर जा.''– शौझियाच्या शेजारच्या खाटेवर पडलेल्या बाईला तपासता तपासता नर्स तिरसटासारखी बोलत होती.

"एवढा पाय घेऊन हलतासुद्धा येत नाहीये मला. मी कशी उठून उभी राहणार आणि कशी जाणार इथून?''– शौझिया कुरकुरली.

"तुझा पाय फक्त मोडलाय, तुटलेला नाही; कळलं? रडू नकोस उगीच. बाकीच्यांपेक्षा तुझी अवस्था पुष्कळ बरी आहे. तक्रारी कसल्या करतेस?''

तोवर नर्स पार दुसऱ्या टोकाला पोचली होती. शौझियाला वाटलं, जीव खाऊन ओरडावं तिच्या अंगावर.

... पण तेवढी ताकद नव्हती.

नक्की वीरा मौसीने शिकवलं असणार तिला असं बोलायला...

– शौझिया स्वतःशीच चरफडत होती.

"शांत राहा, बेटी.'' शेजारच्या खाटेवरून आवाज आला.

सबंध अंगभर बँडेज गुंडाळलेली शेजारची बाई शौझियाला समजावत होती.

फक्त एक डोळा तेवढा उघडा होता.

बाकी सगळीकडे बँडेज!

आवाज काहीसा वृद्ध... थकलेला... आणि करकरीत.

"शांत राहिलं की सुटतात सगळे प्रश्न.''

"मुळीच नाही.''– त्याही अवस्थेत शौझियाच्या रागाचा पारा चढला, "शांत राहून काही नसतं होत. शांत राहिलं की मठ्ठ होतात माणसं. इच्छाच मरते चांगलं जगायची. आपल्याला काय हवंय ते विसरायलाच होतं. मला नाही असं दगड व्हायचं, कळलं ना?''

"कटकट, चिडचिड करण्यापेक्षा शांत राहणं पुष्कळ चांगलं बरं. ताण नाही वाढत मनावरचा.''

"तूच राहा शांत. म्हाताऱ्या माणसानं शांतच राहावं.''– शौझिया तिरसटली, "मी तरुण आहे अजून, कळलं? मला खूप काय करायचंय... कुठे कुठे जायचंय!''

"किती वर्षांची आहेस तू?''

"चौदा.''

"मी सोळा वर्षांची आहे.''

– शेजारच्या खाटेवरून उत्तर आलं तशी शौझिया सटपटलीच.

काय बोलावं ते खूप वेळ तिला सुचलंच नाही.

शेवटी कसाबसा धीर गोळा करून तिने विचारलं,

"काय... काय झालं तुला?''

“एका माणसाने ॲसिड फेकलं माझ्यावर.”

“का पण?”

“कोण जाणे? मी जे करत होते ते त्याला आवडत नसणार बहुतेक. मला वाटलं होतं, निर्वासितांच्या छावणीत तरी सुखाने राहू आपण... पण नाही. शांतपणे जगता येईल अशी जागाच उरलेली नाही या जगात.”

“पण तू करत काय होतीस? एवढा राग कसला आला त्या माणसाला?”

“मी त्याच्या मुलीला वाचायला शिकवत होते.”

“म्हणजे तो माणूस नक्की तालिबान असणार, हो ना?”

“त्याने काय फरक पडतो? वाईट विचार करणारी माणसं फक्त तालिबानच असतात असं कुणी सांगितलं तुला? जाऊ दे... त्रास होतोय मला आता. नंतर बोलू.”

– शौझिया गप्प राहिली.

थोड्या वेळाने दोघींच्याही डोळ्यावर गुंगी चढली.

जाग आल्यावर शौझियाने शेजारी पाहिलं तर ‘तिची’ खाट रिकामी.

गेली कुठे?

शेजारून एक नर्स जात होती.

शौझियाने झडप घातल्यासारखा तिचा हात पकडला,

“या खाटेवरची मुलगी... कुठे गेली?”

“तिला नाही झालं सहन शेवटी...”

“म्हणजे? ती? मेली?”

“जाऊ दे मला...”

“दुष्ट आहात तुम्ही सगळे. एक मुलगी इथे मेली, वाईटसुद्धा नाही वाटलेलं तुम्हाला. अं? वाईटसुद्धा नाही ना वाटलं? कसं वाटेल? तुम्हाला पर्वाच नाही कसली.”

संतापलेल्या नर्सने तिचा हात झटकला.

“इथे रोज किती माणसं मरतात; ठाऊकेय तुला? प्रत्येकासाठी मी रडत बसले तर अजून जिवंत असलेल्यांसाठी काम कोण करणार? तिथे खाटेवर झोपून नुसत्या तक्रारी करायला काय जातं?”

आरडाओरडा ऐकून एक ज्येष्ठ, वृद्ध नर्स धावली. तिने आपल्या सहकारी तरुणीला जवळ घेतलं. समजावलं.

“शांत राहा, शांत राहा.”

“कशी राहू शांत? अं? मी तरी काय करू? इथे ना पुरेशी औषधं, ना बॅण्डेज,

ना पुरेसं अन्न. पाणीसुद्धा नाहीये प्यायला.'' बघता बघता त्या तरुण नर्सला संतापाने रडू फुटलं, ''तुम्हाला ठाऊकेय? या शिबिरात आणखी तीन मुलं मेली आज. काही करू नाही शकलो आपण. गुरावासरांनासुद्धा बरं वागवतात याच्यापेक्षा! कुत्र्याच्या मौतीने रोज मरताहेत माणसं.''

''गप्प बस!'' ती वृद्ध नर्स ओरडली, ''सगळ्यांना घाबरवतेयस तू. असं घाबरून कसं चालेल? अं? इथे थांबू नकोस आता. जा... जा तुझ्या तंबूत. थोडी विश्रांती घे आणि जरा बरं वाटलं की ये परत.''

वेड लागल्यासारखी रडत, किंचाळत 'ती' बाहेर धावली.

काही मिनिटं तशीच गेली.

... परत सगळे आपापल्या कामाला लागले.

शौझियाने मान फिरवली.

शेजारच्या रिकाम्या खाटेकडे बघण्याचीसुद्धा भीती वाटत होती.

दुसऱ्या दिवशी सकाळी एका नर्सने शौझियाला कुबड्या दिल्या. म्हणाली, ''हे घे. कुबड्या वापरून चालायची सवय कर. पण लांब जाऊ नकोस हं. बाकीच्या बऱ्याच जणांना याच कुबड्या वापरून चालायला शिकवायचंय मला.''

खाटेवरून उतरून थोडी हालचाल करणं... टोचणाऱ्या कुबड्या घेऊन का असेना, पण चालणं... शौझियाला थोडी हुशारी आली.

ती दवाखान्याच्या बाहेर पडली.

थोडं पुढे जाऊन आता परतावं म्हणून वळली.

काय वाटलं कोण जाणे,

परतीच्या वाटेवर चालता चालता शौझिया थांबली आणि पाहतच राहिली.

समोर 'दवाखाना' म्हणून वापरला जाणारा तंबू.

हवा खेळती राहावी म्हणून कापडाची पाखी उघडी ठेवलेली. हिरव्या मळकट कापडाचे चौकोन उभारून त्याच्या आडोशाने रुग्णांच्या खाटा. जखमांवर बाहेरची धूळ कमीत कमी बसावी इतपतच एकूण आडोसा. आत खाटांवर पडलेल्या आजारी मुला–माणसांचे नातेवाईक तंबूभोवती अस्वस्थ बसलेले. रडणाऱ्या पोरांचा गलका. त्याही अवस्थेत रुग्णांना तपासण्यात, औषधं देण्यात आणि मलमपट्ट्या करण्यात मग्न असलेल्या डॉक्टरांचे घोळके. नर्सेसची धावपळ. वेदनांनी अक्षरश: गुरासारख्या ओरडणाऱ्या माणसांना सांभाळण्या/सावरण्यासाठी चाललेली अपुरी, अशक्त... पण प्रामाणिक धडपड.

दवाखान्याबाहेर नेलेल्या कुबड्या परत करायला शौझिया येतेय की नाही याकडे कुणाचं लक्ष नव्हतं.

– शौझिया पटकन वळली.

आणि एका अरुंद गल्लीतून पसार झाली. वेदनांनी विव्हळणाऱ्या त्या जगापासून तिला लवकरात लवकर जास्तीत जास्त दूर जायचं होतं.

शौझिया भराभर पुढे जात राहिली.

काही वेळातच दवाखाना दिसेनासा झाला.

आता?

... पहिल्यांदा जास्परला शोधायला हवं. दवाखान्यातल्या लोकांनी त्याला हाकलून दिलं होतं.

आपल्या शिबिरात जायचं, जास्परला घ्यायचं आणि कुणाला न सांगता गुपचूप पसार व्हायचं.

– शौझियाने पक्कं ठरवलं.

वीरा मौसीची कटकट नको. विव्हळणाऱ्या, रडणाऱ्या, वेड्या माणसांची संगत नको. ती घाण... तो कलकलाट... तो संताप... चीड... पायातली ताकद हिरावून घेणारा तो अगतिक असहायपणा...

यातलं काही काही शौझियाला नको होतं.

... फक्त ती, तिचा कुत्रा आणि निळाशार अथांग समुद्र!

◆

तेरा

शौझियाला नीट चालवत नव्हतं.

कुबड्या घेऊन चालायची सवय नव्हती.

त्यातून उन्हाचा कडाका तापलेला. पायाला बांधलेल्या प्लास्टरमध्ये घामाच्या धारा जाऊन जाऊन आत झालेला चिकटा आता त्रास द्यायला लागला होता. आत सारखी खाज येई. शिवाय कळा येत त्या वेगळ्याच.

शौझियाला मनातून वाटत होतं, नको हा त्रास. त्यापेक्षा दवाखान्यात परत जाऊन त्या खाटेवर झोपलेलं बरं.

तरीही कोण जाणे कुठल्या हिमतीने, ती चालतच राहिली.

''बेटा, इतक्या उन्हाचा चाललास कुठे तू?''

रस्त्याच्या कडेला त्यातल्या त्यात सावलीचे तुकडे शोधून रांगेत बसलेल्या अस्वस्थ, सुन्न पुरुषांपैकी एकाने सहज शौझियाला हटकलं.

''तुम्ही सगळे काय करताय या उन्हात?'' शौझियाने उलटा प्रश्न विचारला.

''वाट बघतोय.'' तो म्हातारा माणूस म्हणाला, ''एवढंच काम असतं मला दिवसभर. वाट बघत नुसतं बसून राहायचं. कसली वाट बघतोय; तेही आता आठवत नाही. तरी मी असाच बसतो. आम्ही सगळेच बसतो. एक दिवस तुझ्यावरही हीच पाळी येईल पोरा, तूही असाच आमच्या रांगेत बसशील.''

''मुळीच नाही... अज्जिबात नाही.'' शौझिया जवळपास ओरडलीच त्याच्या अंगावर.

"हे बघ, एवढ्या उन्हाचा चालतोच आहेस ना तू? पण चालून चालून कुठे जाशील? कुठे पोचशील?''- खिन्न हसत त्या माणसाने विचारलं. "चालून चालून पुन्हा इथेच येशील तू. हा रस्ता किंवा तो रस्ता; काय फरक पडतो? उगीच तडतडत इकडे तिकडे फिरण्याचा काही उपयोग नाही, हे एकदा तुला कळलं की तू पण आमच्यासारखाच कसली तरी वाट पाहत बसून राहशील फक्त; कळलं?''

त्याची बडबड ऐकायला शौझिया तिथे थांबलीच नाही.

फाटके तंबू आणि दगड-मातीच्या पडक्या भिंतींमधून धावणाऱ्या चिंचोळ्या रस्त्यांवर दुतर्फा पुरुष बसलेले दिसत होते... रिकाम्या नजरांच्या रांगाच्या रांगा! त्या रांगांचे डोळे आपला पाठलाग करतायत, हेही शौझियाला जाणवत होतं.

समोर येईल त्या रस्त्यावरून खुरडत, ठेचकाळत शौझिया चालत राहिली. एकतर तिच्या कुबड्या तिच्यापेक्षा फारच कमी उंचीच्या, तोकड्या होत्या. त्यामुळे दहा-पंधरा पावलं टाकली की बावळे दुखून येत आणि वाकून वाकून पाठीला नुसती रग लागे.

... पण शौझिया थांबली नाही.

कुणाशी बोललीही नाही.

पुढे पुढे माणसांचे घोळके वाढतच गेले.

स्वस्थ बसून नुसती वाट पाहायची... बस्स! एवढंच!!

उन्हाचा कडाका वाढतच होता. धाप लागून लागून शौझिया हैराण झाली. वरून तापल्या उन्हाचे चटके आणि पायातून असह्य कळा.

... आता कुठेतरी स्वस्थ बसून पायाला थोडी विश्रांती देण्यावाचून गत्यंतर नव्हतं.

दवाखान्यात परत जावं म्हणून नाईलाजाने शौझिया मागे वळली.

... तर समोर माणसांचा समुद्र.

आणि चोहो दिशांनी धावणाऱ्या चिंचोळ्या वाटांचं चिखलाने बरबटलेलं जाळं.

– म्हणजे आपण वाट चुकलो!

शौझियाच्या पोटात खड्डाच पडला.

समोर येईल त्या रस्त्याने चालत राहण्याच्या नादात ती भलतीकडेच भरकटली होती. ना माणसं ओळखीची... ना आजूबाजूची शिबिरं! वीरा मौसीचे निरोप पोचवायला ती कुठे कुठे जात असे एरवी, पण इथे कधी आल्याचं आठवत नव्हतं.

आपण नक्की कुठे आलो, इथून परत आपल्या शिबिरात कसं जायचं; काही म्हणता काही कळत नव्हतं.

शेवटी रस्त्यावर बसलेल्या माणसांपैकी एकाला तिने विचारलं.

"विधवांसाठी चालवलेलं एक वेगळं शिबिर आहे इथे. कसं जायचं त्या शिबिरात?"

ज्याला प्रश्न विचारला, त्या माणसाने क्षणभर डोळे मिटून विचार केला आणि तोच प्रश्न दुसऱ्याला विचारला. कुबड्यांवर रेलून शौझिया ताटकळल्यासारखी उन्हात तिष्ठत होती.

तोवर "काय रे? काय झालं?" म्हणून तिसरा कुणीतरी डोकावला.

"इथे विधवांसाठीचं वेगळं शिबिर आहे का कुठे? या मुलाला जायचंय तिकडे."

"का पण? तिकडे का जायचंय?"

तिसऱ्याने उत्तराऐवजी प्रश्नच विचारला.

तिघांचं काहीतरी चाललंय हे कळल्यावर रिकामटेकड्या घोळक्यातले आणखी तिघे उत्सुकतेने पुढे झाले. बघता बघता गर्दी जमली. विधवांच्या शिबिराकडे जाणारा रस्ता कुठला या एकाच प्रश्नाला वेगवेगळी उत्तरं देत जो तो आपलं म्हणणं कसं बरोबर आहे हे दुसऱ्याला पटवून देत होता.

विधवांसाठी वेगळं शिबिर अशी काही गोष्टच अस्तित्वात नाही यावर काही जण ठाम होते. बघता बघता वाद-विवादांची जुगलबंदीच सुरू झाली.

"कशाला जातोस बाबा त्या चेटकिणींच्या शिबिरात?" एकाने पुढे होत विचारलं, "त्या बायकांनी केवढी दंगल केली धान्यासाठी, ठाऊकेय? मूर्ख बायका आहेत त्या. तुला कच्चा खाऊन टाकतील. बायकांना काही अक्कल असते का?"

मग सगळीच चर्चा गोदाम फोडल्यानंतर उसळलेल्या दंगलीवर घसरली. कुणी म्हणालं, विधवांच्या शिबिरांतल्या बायकांनी बॉम्ब टाकून गोदाम फोडलं.

... आता तिथे थांबण्यात काही अर्थ नाही हे जाणवून शौझिया सटकली.

चोहो दिशांनी फिरत, भटकत राहिली.

कुठलातरी रस्ता ओळखीचा असेल,

काहीतरी ओळखीचं दिसेल.

पण नाही.

दगड मातीच्या भिंती अचानक दिसेनाशा झाल्यावर मात्र शौझिया भांबावली.

दचकून तिने समोर पाहिलं,

... तर कापडी तंबूंचा अथांग समुद्रच!

नजर जाईल तिथवर फक्त तंबूच तंबू दिसत होते.

– नव्याने आलेल्या निर्वासितांची वस्ती!

वीरा मौसी एकदा म्हणत होती खरं... शौझियाला एकदम आठवलं.

"अफगाणिस्तानातून पळून येणाऱ्या निर्वासितांची संख्या रोज वाढतेच आहे"–

एके रात्री काळजीने ओढलेल्या चेहऱ्याने वीरा मौसी सांगत होती, ''शिबिरातली जागा कधीच संपली; पण सगळं सोडून जीव घेऊन पळून येणाऱ्यांना कुठे पाठवणार? राहतात बिचारे तसेच उघड्यावर. साध्या कापडी तंबूसाठीसुद्धा सहा सहा महिने वाट पाहावी लागते अनेकांना.''

शौझिया माघारी वळली.

पुढे जाण्यात काही अर्थ नव्हता.

तंबूंच्या त्या समुद्रात ना तिचं शिबिर होतं, ना तिकडे जाणारा रस्ता.

ती मागे वळली, तर समोर पुन्हा तेच.

दगड मातीच्या भिंती आणि चिखलाची राड.

तिथे जाऊन काय होणार?

पुन्हा सगळा गोंधळच वाढेल.

त्यापेक्षा तंबूंच्या त्या समुद्रातच जाऊन पाहिलं तर? तिकडून कदाचित नवा रस्ता सापडेल. निदान माणसं तरी वेगळी भेटतील.

शौझियाच्या डोक्यातला काटा उलटसुलट वळवळत होता.

शेवटी तिने ठरवलं,

जाऊच!

– ती पुन्हा वळली आणि तंबूंच्या नव्या वस्तीत शिरली.

तिथे फक्त तंबूच तंबू!

रस्ता कुठला, छोट्या पायवाटासुद्धा तिला दिसेनात. दोन तंबूंच्या मध्ये कसंबसं उभं राहता येईल एवढी चिंचोळी जागा, काही ठिकाणी तर तेही नाही.

यूएनएचसीआर अशी अक्षरं छापलेले काही तंबू चांगल्या कापडाचे, मजबूत बांधणीचे दिसत होते. काही जणांनी फाटक्या गोधड्या शिवून काठीच्या आधाराने कापडी घुमट उभारलेले. अनेकांच्या डोक्यावर तर प्लास्टिकच्या कागदाचं तात्पुरतं छत होतं, तेवढंच!

'गर्दीतून वाट काढत काढत शौझियाने प्रत्येक तंबूत डोकावून चौकशा सुरू केल्या,' इथे एक विधवांचं शिबिर आहे. कसं जायचं तिकडे, माहितेय का तुम्हाला?''

दाटीवाटीने तंबूत बसलेली माणसं रिकाम्या, शून्य नजरेने तिच्याकडे पाहत, … तेवढंच!

बाहेर उन्हाचा कडाका. तंबूतलं वातावरण म्हणजे तर धगधगती भट्टीच… पण तरी सगळे आतच दाटीवाटीने बसलेले. बाहेर पडून निदान मोकळ्यावर बसावं म्हटलं, तर तेवढी जागाच नव्हती.

''तुझ्या कुबड्या दे मला, दे…''

अचानक एका तंबूतून आवाज आला.

शौझिया चमकलीच.

तिने वाकून आत पाहिलं तर त्रस्त झालेली एक म्हातारी बाई हाताने माश्या मारत बसली होती. एक पाय तुटलेला.

"दे तुझ्या कुबड्या"– ती बाई तशीच ढुंगणावर घसटत शौझियाकडे झेपावली.

"निघून जाते मी इथून... मला मुळीच मरायचं नाहीये या घाणेरड्या जागेत."

– ती बाई रेकल्यासारखी किंचाळली.

शौझिया कुबडीच्या पायांनी जीव घेऊन पळत सुटली. त्या गर्दीतून बाहेर पडून श्वास घेईतो कुठेतरी अडखळली आणि कुबडीचा आधार सुटल्याने धडपडत खाली कोसळली.

आजूबाजूला नागड्या पोरांच्या शेंबड्या फौजा उभ्या होत्या.

शौझियाची फजिती झालेली बघून सगळी पोरं फिदीफिदी हसत सुटली.

मुलांना कंटाळा आलाय म्हणून ती हसून आपलं मन रमवत असणार, हे शौझियाला कळत होतं. तरीही तिचा राग अनावर झाला. उजव्या हातातली कुबडी उगारून ती पोरांना मारायला धावली.

... आणि पुन्हा धडपडली.

"असं रागावू नये उगीचच," तिच्या मदतीला धावलेला एक माणूस तिची समजूत घालत म्हणाला,

"तू मोठा आहेस ना त्या मुलांपेक्षा? आजारी मित्राला हसू नये हे तूच नको का त्यांना समजवायला?"

असल्या उपदेशांची चर्पटपंजरी ऐकण्यात शौझियाला काडीचा रस नव्हता. हात देऊन तिला सावरणाऱ्या 'त्या' माणसाचे आभारसुद्धा न मानता ती तशीच आपल्या वाटेने भराभर निघाली.

... तेवढ्यात एक मोठ्ठा आवाज आला.

नक्की ट्रक असणार!

आवाजाच्या दिशेने तिने वळून पाहिलं, तर पाण्याचा टँकर आला होता.

तो ठरल्या जागी धड उभा राहायच्या आत तहानलेली मुलं–माणसं मुंग्यांसारखी चोहोबाजूंनी त्या टँकरला डसली. जो तो रिकामी भांडी, पातेल्या, बादल्या घेऊन पाण्याच्या दिशेने धावत सुटला.

... सगळेच जात होते.

म्हणून मग शौझियाही गेली.

मिळालं तर पोटभर पाणी तरी मिळेल निदान प्यायला!

पण गर्दीत घुसायला तिचं मन घेईना.

म्हणून मग कडेकडेनेच एका छोट्याशा उंचवट्यावर जाऊन ती स्वस्थ उभी राहिली.

पाण्याचा टँकर घेऊन आलेले लोक रांगा लावण्याचा प्रयत्न करत होते. पण तहानेने घसे कोरडे पडलेल्या लोकांमध्ये एवढी शिस्त पाळण्याइतका संयम कुठला असणार?

जो तो आपापलं भांडं घेऊन सगळ्यांच्या पुढे घुसू पाहत होता.

पाणी वाटपाला सुरुवात झाली.

आपलं भाडं पाण्याने काठोकाठ भरून घेऊन माणसं मागे वळली रे वळली,की मागची माणसं पुढे घुसत. त्या रेटारेटीत बरंचसं पाणी कुणाच्या ओठी न लागता सांडूनच जाई. एका म्हाताऱ्या माणसाच्या हातातली अख्खी लोटी खालीच पडली आणि सगळं पाणी सांडलं. रिकामी लोटी घेऊन तो पुन्हा गर्दीत घुसायला गेला; तर तहानेने संतापलेल्या जमावाने त्याला मागच्या मागे ढकलून दिलं.

असहायपणे त्या माणसाने हातातली लोटी हवेत फिरवली, ती नेमकी दुसऱ्या एकाच्या टाळक्यात आपटली. संतापलेल्या दुसऱ्याने पहिल्याला धरून बुकललं आणि बघता बघता सांडून गेलेल्या पाण्याच्या राडीत तहानेल्या माणसांचं तुंबळ युद्ध जुंपलं.

हताश झालेली शौझिया तिथून निघाली. या दंगलीत दुसराही पाय मोडून घेणं तिला परवडलं नसतं.

तंबूंच्या कडेकडेने वाट काढत शौझिया पुढे जात राहिली. थोडं पुढे गेल्यावर एक कच्चा रस्ता लागला.

शौझियाने समोर पाहिलं तर निर्वासितांसाठी काम करणाऱ्या सेवाभावी संस्था वापरत तसली पांढऱ्या रंगाची एक लांबट गाडी समोरून येत होती.

रस्त्याच्या मध्ये उभं राहून शौझियाने जोरजोराने हात हलवले.

गाडी थांबली.

"आय ॲम लॉस्ट ऽऽ"– ती जोरात ओरडली.

गाडीतून एक स्वयंसेवक खाली उतरला.

"कुठे जायचंय तुला?"

"समुद्रावर... समुद्रावर जायचंय."– शौझियाला रडू फुटलं, "तिथून फ्रान्सला जायचंय मला. तिथल्या जांभळ्या फुलांच्या सुंदर, सुगंधी शेतात माझं खूप मोठ्ठं घर आहे. तिथे कुणी कुणाला मारत नाही. रडत नाही. ढकलतसुद्धा नाही. तिकडे जायचंय मला."

– स्वयंसेवकाने काही न बोलता शौझियाला जवळ घेतलं आणि हाताला धरून, आधार देत तिला गाडीच्या मागच्या सीटवर बसवलं. गाडी सुरू झाली तरी

शौझिया हमसाहमशी रडतच होती.

खूप वेळाने शौझिया गप्प झाली.

त्या स्वयंसेवकाने तिला विचारलं.

"आत्ता कुठे जायचंय, पण?"

डोळे पुसत शौझिया म्हणाली,

"विधवांसाठीचं स्वतंत्र शिबिर आहे ना, तिथे."

गाडीने वेग घेतला.

किती वेळ झाला तरी कच्च्या सडकेच्या दुतर्फा पसरलेला तंबूंचा समुद्र संपता संपत नव्हता.

"ही इतकी माणसं कुठून आली? कोण आहेत ती?– शौझियाने विचारलं.

"अफगाणिस्तानातून आलेत सगळे"– गाडी चालवता चालवता त्या स्वयंसेवकाने माहिती दिली, "अमेरिकेने हल्ला चढवण्यापूर्वी जीव वाचण्यासाठी घरदार सोडून पळालेल्या माणसांच्या झुंडीच्या झुंडी रोज अफगाणिस्तानातून बाहेर पडतायत. अफगाणिस्तानच्या सीमेवर दंगली सुरू आहेत सध्या."

"अमेरिकेचा हल्ला? का बरं? अमेरिका का हल्ला करणार अफगाणिस्तानवर?" शौझियाला काही कळेना.

"अकरा सप्टेंबरला न्यूयॉर्कमध्ये जे झालं ना त्याचा बदला म्हणून! अमेरिका प्रचंड चिडलीय."

"अकरा सप्टेंबरला? काय झालं?"

एका हाताने चालत्या गाडीचं स्टिअरिंग धरून, दुसऱ्या हाताने त्याने गाडीतल्या वर्तमानपत्रांची चळत चाचपली. त्यातलं एक पान काढून शौझियाच्या हातात देत तो म्हणाला,

"हे बघ."

वर्तमानपत्राच्या त्या पानावर जळत्या इमारतींचा एक मोठ्ठा फोटो छापला होता आणि शेजारीच ठोकळ्यासारख्या उंच उंच इमारतींवर धडकणारं विमान. प्रचंड स्फोट... भडकलेल्या ज्वाळांचे लोळ... आणि काळ्याकुट्ट धुराचे प्रचंड मोठ्ठे ढग.

त्याच पानावर खाली कोसळलेल्या इमारतीचा जळता ढिगारा.

"यात काय मोठंसं?"

त्या कागदाची घडी घालून खाली फेकत शौझिया शांतपणे म्हणाली,

"आमच्या काबूलमध्ये तर रोजच असं होत होतं. हा फोटो नक्की काबूलचाच असणार."

– गाडी चालवणारा स्वयंसेवक काही बोलला नाही.

धावत्या गाडीच्या उघड्या खिडकीतून येणाऱ्या वाऱ्याच्या झोतात मान टाकून

बसणं बरं वाटत होतं.

नजरेसमोर वेगाने मागे पळणारा माणसांचा समुद्र.

शौझिया विचारात पडली...

यांनी कुठे न्यूयॉर्कमध्ये फोडले बॉम्ब?

यांच्यात तर श्वास घेण्याचीसुद्धा ताकद नाही उरलेली.

डोक्यात उसळलेली भणभण सहन न होऊन शौझियाने शेवटी डोळे मिटून घेतले.

...खूप वेळाने गाडी तिच्या शिबिरात पोचली आणि थांबली.

शौझियाला जरा बरं वाटलं.

वीरा मौसी होतीच समोर.

...आता पुढे काय?

वीरा मौसी म्हणाली,"दवाखान्यातली खाट तर गेली. तिथे दुसरंच कुणीतरी झोपतं आता."

– शेवटी वीरा मौसीने सावलीचा कोपरा शोधून एका डुगडुगत्या लाकडी चारपाईवर तिचं अंथरूण टाकलं.

जास्पर आला आणि शौझियाच्या उशाशी बसून राहिला.

शौझिया परत आलीय हे कळताच 'गोष्ट सांग... गोष्ट सांग'चा गलका करत शिबिरातली पोरंही भोवती जमली.

पण गोष्ट कुठली, साधा बोलण्याइतकासुद्धा तकवा शौझियामध्ये उरला नव्हता.

शेवटी वीरा मौसीने मुलांना पांगवलं, तेव्हा कुठे शौझियाला श्वास घेता आला.

दुसऱ्या दिवशी आजूबाजूला राहणाऱ्या पुरुषांनी अचानकच विधवांच्या शिबिरावर जोराचा हल्ला चढवला. भोवतीच्या कुंपणावरून उड्या टाकून आठ–दहा पुरुष आत घुसले. पुरुषांच्या मदतीशिवाय, संरक्षणाशिवाय फक्त बायका–बायकांनी एकत्र राहणं अनैतिक आहे, असा त्यांचा आरोप होता.

वीरा मौसीच्या नेतृत्वाखाली शिबिरातल्या बायकांनी त्या घुसखोर पुरुषांवर जोराचा हल्ला चढवला. हाताला लागतील त्या वस्तू घेऊन त्यांना चांगलं बदडून काढलं.

हे घमासान युद्ध चालू असताना शौझिया मात्र खाटेला खिळलेली होती. कुबड्या दवाखान्यात परत केलेल्या; त्यामुळे तिला धड उभंही राहाता येईना. तरीही ती जोरजोराने आरडाओरडा करत खाटेवरूनच तुटून पडली. धारदार दात विचकत

धावून गेलेल्या जास्परनेही अनेकांना पळवून लावलं.

– शेवटी खूप विचार करून वीरा मौसीने निर्णय घेतलाच.

शिबिरातल्या बायकांच्या संरक्षणासाठी जास्तीचे सुरक्षारक्षक नेमले. ती कुणाला काही बोलली नाही; पण नव्या लोकांचा पगार द्यायला पैसे कुठून आणणार याची काळजी वीरा मौसीला सतावत असणार, हे शौझियाला कळलं होतं.

भरतकाम–विणकाम शिकणाऱ्या बायकांच्या गटांबरोबर बसून दिवस काढण्याशिवाय शौझियाजवळ दुसरा पर्याय नव्हता.

हातरुमालांना शिवण घालत ती दुखरा पाय बरा होण्याची वाट पाहत राहिली.

◆

चौदा

'रेड क्रिसेन्ट'साठी काम करणाऱ्या एका हसतमुख नर्सने भलीथोरली कात्री घेऊन प्लास्टर कापून काढलं आणि शौझियाचा पाय मोकळा केला.

गुडघ्याखालची पोटरी आणि पाऊल... सगळंच जरा जास्त वाळकं, रोडावलेलं दिसत होतं. जोरही नव्हता पुरेसा.

शौझियाला काळजीच वाटली.

नर्स म्हणाली,

''उभी राहून पाहा बरं. सावकाश पाय टेकव.''

शौझियाने उभं राहत हलकेच त्या पायावर भार टाकला. सुरुवातीला थोडं लडखडल्यासारखं झालं खरं; पण सुदैवाने नीट उभं राहता आलं. चालताही आलं.

प्लॅस्टरमधून मुक्त झालेला शौझियाचा पाय हुंगत भोवती नाचणाऱ्या जास्परने अत्यानंदाने तिचं पाऊल चाटलं.

''साधं फॅक्चर होतं म्हणून बरं''- नर्स म्हणाली, ''नशिबाने वाचलीस, शौझिया. आता पुन्हा कुठल्या दंगलीत सापडू नकोस.''

शौझिया कृतज्ञ हसली.

तिने आणखी थोडं चालून पाहिलं.

प्रत्येक नव्या पावलाबरोबर पायात थोडाथोडा जोर येत होता.

''तुम्ही सांगितलेली फर्स्ट एड किट्स संध्याकाळपर्यंत तयार होतील,'' शौझियाला दवाखान्यात घेऊन आलेल्या वीरा मौसीला नर्स विचारत होती,

"कधी निघणार तुम्ही?"

"उद्याच निघू बहुतेक. जमलं तर आजच रात्री. रात्रीच्या अंधारात प्रवास करावा का दिवसाउजेडी गेलेलं बरं; काही कळत नाहीये."

"कधीही निघालात तरी धोका आहेच, मिसेस वीरा."– नर्स काळजीने म्हणाली. "कुठे जाताय तुम्ही?"

– शौझियाने न राहवून विचारलं.

वीरा मौसी इथून जाणार?– तिचा आपल्या कानांवर विश्वासच बसेना.

"त्या खूप बहादूर आहेत, शौझिया."– नर्सच्या चेहऱ्यावर वीरा मौसीबद्दल आदर, अभिमान दिसत होता, "इथून प्रशिक्षित नर्सेसची एक तुकडी घेऊन अफगाणिस्तानात जायचं ठरवलंय त्यांनी."

"म्हणजे परत जाणार? परत?"– शौझिया जवळजवळ किंचाळलीच, "अफगाणिस्तानात परत जाणार वीरा मौसी? का पण? का?"

"आपल्या देशावर बॉम्बहल्ले होताहेत शौझिया –" वीरा मौसी शांतपणे म्हणाली, "अफगाणिस्तानातून जीव वाचवून पळून जाण्यासाठी एकच धावपळ चालू आहे. सीमेवर हजारो लोकांची गर्दी उसळलीय. तिथे लोकांना अडवलं जातंय. हजारो माणसं आजारी आहेत, त्यांच्यावर कोण उपचार करणार? म्हणून मी काही नर्सेसना घेऊन चाललेय."

"पण सीमा बंद झाल्या असतील, लोकांना कोंडून घातलं असेल तर तू पलीकडे कशी जाणार वीरा मौसी?"

"आम्हाला चोरूनमारून, लपूनछपून गुप्तपणे आत घुसावं लागेल, शौझिया." वीरा मौसी काळजीत पडली होती, "म्हणून तर आम्ही डोंगर चढून अफगाणिस्तानात उतरू बहुतेक."

"तुम्ही? फक्त बायका बायका? हे कसं चालेल वीरा मौसी?" शौझियाने विचारलं, "तालिबानचे सैनिक तुम्हा सगळ्यांना अटक करून तुरुंगात डांबतील. फाशीसुद्धा देतील."

"तो धोका पत्करणं भागच आहे. दुसरं काय करणार आपण?"– वीरा मौसी म्हणाली, "अफगाणिस्तानातल्या लोकांना या मदतीची फार गरज आहे, शौझिया. तेच आपल्याला मदत करतील. चल, आता परतायला हवं. खूप कामं पडलीत तिकडे शिबिरात. सगळ्या जणी माझी वाट बघत असतील."

गेल्या आठ-पंधरा दिवसांपासून वीरा मौसी नेहमीपेक्षा जास्त कामात होती. शिबिरातल्या बाकीच्या बायकाही सारख्या कशात ना कशात गुंतलेल्या दिसत... काहीतरी वेगळं चाललंय, हे शौझियाला अनेकदा जाणवलं, पण तिनं फारसं लक्ष नव्हतं दिलं. एरवी भरतकाम-विणकामात वेळ घालवणाऱ्या बायका नेहमीच्या

पानाफुलांच्या कलाकुसरीऐवजी फाटक्या गोधड्यांना ठिगळं लावण्यात गर्क होत्या. काही जणींकडे झिरझिरीत पांढऱ्या ताग्यातून बँडेजसाठीच्या पट्ट्या कापण्याचं काम दिलं होतं.

त्या सगळ्या धावपळीमागचं कारण समजल्यावर शौझिया गप्पच झाली. तिला काही म्हणता काही सुचेना.

त्या संध्याकाळी बायकांच्या संघटनेच्या कार्यालयाबाहेर झोपडीच्या भिंतीला टेकून शौझिया अस्वस्थशी बसली होती. शेजारून लगबगीने जा–ये करणाऱ्या बायकांचं कामाच्या धांदलीत तिच्याकडे लक्षही नव्हतं.

थोड्या वेळाने फरझानाही शौझियाच्या शेजारी येऊन बसली.

जास्पर होताच.

फरझानाला बघून त्याने आनंदाने शेपटी आपटली आणि तिच्या मांडीवर डोकं ठेवलं.

"वीरा मौसी गेल्यावर एकदम शांत शांत होऊन जाईल सगळं."– फरझाना म्हणाली.

"ती इथून गेली तरी रात्री तिचं घोरणं येईलच ऐकू. वीरा मौसी कुठेही गेली– अगदी पृथ्वीच्या पलीकडच्या टोकाला गेली ना, तरी तिच्या घोरण्याच्या आवाजातून आपली सुटका नाही." शौझियाने फरझानाला टाळी दिली, "अफगाणिस्तानात गेल्यावर वीरा मौसी इतक्या जोरजोराने घोरेल की, त्या आवाजाने तालिबानच्या सगळ्या सैनिकांचे कान फाटून जातील. मग ते तालिबान मुकाट्याने नाक मुठीत पकडून शरण येतील... वीरा मौसी अफगाणिस्तानची मलिका बनेल. मज्जा!!"

"अख्ख्या देशावर हुकूम गाजवायचाऽऽ", फरझाना खुदखुदली, "वीरा मौसीला फार आवडेल."

"फक्त तालिबान्यांनाच हुकूमशाही गाजवता येते, दुष्टपणा करता येतो असं वाटतं तुला?... वीरा मौसी बघ! तालिबान्यांच्या वरताण राज्य करेल. ती जर मलिका बनली ना अफगाणिस्तानची, तर सगळ्यांना रोज संध्याकाळी हॉकी खेळायला पिटाळील."

"म्हाताऱ्या माणसांनी गोल करायचे आणि कुबड्या घेऊन चालणाऱ्यांनी चेंडू पळवायचाऽऽ खू... खू..."– फरझानाला हसू आवरत नव्हतं.

"वीरा मौसीचं म्हणजे काही विचारू नकोस!"

आता शौझियाला रागच लागला यायला. कधीपासून ती चार दगड उगीचच हातात खेळवत होती. त्यातला एक दगड उचलून तिने लांब भिरकावला.

पलीकडच्या अंगणात बायकांचे घोळके काम करत बसले होते.

त्यातल्या एकीचं कपाळच फुटायचं, पण ती जेमतेम वाचली.

''सोबतीला एकही पुरुष नसताना इतक्या बायकांना घेऊन अफगाणिस्तानात जायचं म्हणजे मूर्खपणा नाही तर काय!'' शौझियाची कुरकुर चाललीच होती, ''वीरा मौसीचा हट्टीपणा या जन्मात जाणार नाही. तिला वाटतं, वाट्टेल ते करू शकतो आपण... मूर्ख!''

''पण तू का वैतागतेस एवढी? तुला काय फरक पडतो?'' फरझानाने विचारलं, ''तू तर समुद्रावर जायला निघालीयस ना?''

''होच मुळी. मी नाही थांबणार आता.'' शौझिया म्हणाली, ''माझा पाय आणखी जरा बरा झाला की मी जाईन निघून.''

''मला नेणार नाहीयेस तू बरोबर... हो ना?'' फरझाना रडवेली झाली होती.

शौझिया काही बोललीच नाही.

''नको नेऊस''– फरझानाने डोळे पुसले, ''वीरा मौसी म्हणालीच होती, शौझिया एकटी जाईल. तुला नाही नेणार. मला वाटलंच होतं... तू नक्की 'नाही' म्हणशील...''

फरझानाला हुंदके आवरणं मुश्कील झालं होतं.

शौझियाला काय बोलावं कळेना.

जास्परला कुरवाळत ती तशीच गुमसूम बसून राहिली. तिला आतून काहीतरी बोचत होतं. लाजही वाटत होती स्वतःची.

''बसून कशाला राहतेस इथे?''– अचानक फरझानाचा आवाज चढला, ''जायचं ठरवलंच आहेस तर जात का नाहीस आजच? अं?''

''मी जाईन, फरझाना''– शौझिया म्हणाली, ''आधी मला थोडी विश्रांती तर घेऊ दे. समुद्रावर जायचं म्हणजे खूप चालावं लागेल. पायात ताकद नको यायला?''

''विश्रांती घ्यायचीय ना, घे... पण इथे नको बसूस माझ्यासमोर. चालती हो इथून.''

''तू कोण मला हाकलणार? मी तुझ्या आधी बसलेय इथे. तूच आलीस ना माझ्याशी गप्पा मारायला?''– शौझिया वैतागली, ''एवढा त्रास होतोय तर तूच का नाही जात इथून?''

''ज्यात त्यात तुझा हट्ट. का म्हणून सगळं तुझ्या मनासारखं व्हायला हवं? अं?... मुळीच नाही. तूच जा. चालती हो. मी मुळीच नाही हलणार इथून.'' फरझानाने पाय आपटले.

''ठीक आहे. तुला बसायचंय ना इथे, खुश्शाल बस. मी चालले. तुझी

कटकट सहन करण्यापेक्षा ते बरं.'' शौझिया आपला दुखरा पाय सावरत उठली, ''चल, जास्पर.''

जास्परने क्षणभर डोळे उघडून तिरसटल्यासारखं शौझियाकडे पाहिलं... आणि पुढच्याच क्षणी तो गुरगुटी मारून फरझानाच्या मांडीवर झोपून गेला.

''मूर्खऽऽ''

दुखावलेली शौझिया पाय आपटत तिथून निघून गेली.

कुंपणाच्या कडेला थोड्या सावलीत एक त्यातल्या त्यात शांत, स्वच्छ जागा बघून ती बसली. आजूबाजूला कुणी दिसत नव्हतं. कुणाची चाहूलहीं नव्हती.

थोड्या वेळाने तिने खिशातला कागद काढला आणि घडी उलगडली.

... फ्रान्समधल्या फुलांचा फोटो.

अंधार पडत चालला होता... जास्परच्या वागण्यामुळे शौझिया मनापासून दुखावली होती... तिच्या आत काहीतरी बोचत होतं...

कशामुळे, कोण जाणे,

पण जांभळ्या फुलांचं ते शेत काही पहिल्याइतकं सुंदर दिसेना.

शौझिया खूप वेळ त्या फोटोकडे पाहत राहिली.

ही फुलं इतकी कोमेजलेली, उदास... कंटाळवाणी का दिसतात?

शौझियाने पुन्हा त्या फुलांच्या शेताची घडी घातली आणि खिशात ठेवली.

सूर्य मावळून गेला.

अंधार पडला.

... तरी खूप वेळ शौझिया तशीच बसून राहिली. तिच्या डोक्यात अखंड कसली तरी चक्रं फिरत होती.

''चला... चला... निघाल्या त्या...''

गजबज ऐकून भानावर आलेली शौझिया पटकन उठली.

वीरा मौसीला निरोप द्यायला जायलाच हवं होतं बाहेर. वीरा मौसी गेली ना एकदाची?... खरंच गेली ना? – हे कसं कळलं असतं एरवी?

शिबिरातल्या सगळ्याच बायका बाहेरच्या अंगणात जमल्या होत्या.

शौझिया मागे मागेच राहिली.

खरं तर तिथून पळूनच जावंसं वाटत होतं तिला; पण का कोण जाणे... पाऊल उचलेना.

शेवटी वीरा मौसीनेच तिला हाक मारून पुढे बोलावलं. शौझियाला घट्ट मिठीत घेत पाणावल्या डोळ्यांनी ती म्हणाली,

''तू फार गोड मुलगी आहेस, शौझिया. तुला नक्की समुद्रावर जायला मिळेल.

तुझं स्वप्न अल्ला पुरं करील, पोरी! तू नक्की फ्रान्सला जाशील. तिथल्या लोकांना खूप आनंद होईल. ते तुझं मनापासून स्वागत करतील.''

– वीरा मौसीला पुढे बोलवेना.

शौझियाच्या डोक्यावर आशीर्वादाचा हात ठेवून ती पटकन पुढे झाली आणि सीमा ओलांडून अफगाणिस्तानात जायच्या तयारीत असलेल्या नर्सेसच्या घोळक्यात मिसळली.

निरोपाचे हात हलवत साऱ्या जणी निघाल्या.

वीरा मौसी आणि तिच्या सहकारी शिबिराचं फाटक ओलांडून समोरच्या रस्त्याने वळत दिसेनाशा झाल्यावर अंगणात जमलेल्या बायका परत फिरल्या.

... आपापल्या झोपडीत जाऊन कामाला लागायला हवं होतं.

शौझिया, फरझाना आणि जास्पर मात्र तसेच खिळून उभे होते.

''काय होईल वीरा मौसीचं? एखादा पुरुष असता त्यांच्याबरोबर तर तालिबानच्या सैनिकांनी मारलं तरी नसतं... '' शौझियाच्या डोळ्यांना धार लागली होती.

''निदान एखादा लहान मुलगा असता ना, तरी पण चाललं असतं...'' – फरझाना म्हणाली.

तिच्या त्या वाक्यासरशी काय झालं कोण जाणे! शौझिया वाऱ्याच्या वेगाने धावत सुटली.

झोपडीत गेली.

आपली पिशवी खांद्याला अडकवली. फाटकी शाल उचलली.

... आणि तशीच धावत बाहेर आली.

फरझाना आणि जास्परशी पोचेतो शौझियाला धाप लागली होती.

''हे बघ, जास्परला नीट सांभाळ.''

फुललेला श्वास टाकत तिने फरझानाला सांगितलं. पिशवीच्या तळाशी हात खुपसत साबणाची छोटी वडी काढून तिला दिली आणि म्हणाली,

''तुम्ही दोघं जर माझ्या आधी समुद्रावर पोचलात, तर हा साबण लावून जास्परला आंघोळ घाल. त्याला समुद्राच्या लाटांमध्ये खूप मजा वाटेल.''

क्षणभर थांबून शौझियाने खिशात हात घातला.

घडी करून जपून ठेवलेलं फ्रान्समधलं जांभळ्या फुलाचं शेतही तिने फरझानाच्या स्वाधीन केलं.

... आणि खाली बसून जास्परला घट्ट मिठी घातली.

त्या स्पर्शाने शौझियाला हुंदका फुटला.

... पण आता वेळ नव्हता.

दुसऱ्या क्षणीच ती उठली आणि मागे वळून न पाहता तीरासारखी फाटक

ओलांडून धावत सुटली... वीरा मौसीला गाठणं सोपं नव्हतं!

पॅरिसमधल्या आयफेल टॉवरच्या सगळ्यात वरच्या मजल्यावर परवानाला भेटायचं... पण त्याला अजून वीस वर्षं अवकाश होता.

... वीस वर्षं!

– तोवर पॅरिसला पोचूच आपण.

नक्की पोचू!

पण त्याआधी एक छोटंसं काम हातावेगळं करणं आवश्यक होतं.

लांब लांब ढांगा टाकत खूप दूर गेलेल्या वीरा मौसीचा एक छोटासा ठिपका शौझियाला दिसला.

... तिला गाठायचं म्हणजे चालत कसलं, धावतच जायला हवं.

नव्या उत्साहाने फुललेली शौझिया निघाली...

◆